ગઝલ

મિહિર જાગૃતિ વોરા

Made with ♥ on the Notion Press Platform
www.notionpress.com

આ પુસ્તક હું મારા માતા પિતા , મોટા ભાઈ ભાભી અને નાની
પ્રિય ભત્રીજી ને અર્પણ કરું છું .

સામગ્રી

પ્રસ્તાવના

આ પુસ્તક માં મારા આજકાલ દૈનિક માં આવેલા મારી કોલમ એક નઝર ના લેખ છે. ૨૦૦૫ થી ૨૦૧૮ સુધી મારા લેખ આ કોલમ માં આવ્યા હતા.

સ્વીકૃતિઓ

આ પુસ્તક માં મારા આજકાલ દૈનિક માં આવેલા મારી કોલમ એક નઝર ના લેખ છે આ માટે હું આજકાલ દૈનિક ના મેનેજમેન્ટ તંત્રી, ટ્રસ્ટી અને તમામ પત્રકાર અને સ્ટાફ નો આભાર માનું છું .૨૦૦૫ થી ૨૦૧૮ સુધી મારા લેખ આ કોલમ માં આવ્યા હતા.

આ પુસ્તક માટે મેં વિવિધ લેખ આધારિત માહિતી વિકિપીડિયાગુગલ ફોટો ,લેખ ને લાગતા આવેલા વિવિધ અખબારી અહેવાલ અને જે તે લેખક ના લેખ ના સંદર્ભો નો સહારો લીધો છે તે સૌ નો હું આભાર માનું છું .

અનુક્રમણિકા

1. ગઝલ

મિત્રો આ પુસ્તક માં મેં ઈન્ટરનેટ અને વિકિપીડિયા અને વિવિધ અખબારી અહેવાલ માંથી ગઝલ વિશે માત્ર માહિતી આપી છે. આમાં એક પણ શબ્દ મારો નથી જેની નોંધ લેજો, આ માહિતી સાચી છે કે ખોટી તેની તપાસ કરજો અને પછી જ વાસ્તવિકતા સ્વીકારજો .
આ તો માત્ર ઈન્ટરનેટ દુનિયામાંથી સીધી લીધેલી માહિતી છે. જે સાચી કે ખોટી છે તેનું કોઈ પણ જાતનું સમર્થન આ પુસ્તક કે લેખક કરતા નથી જેની નોંધ લેજો.
વિકિપીડિયા માં જોઈ તો "શબ્દ" કાને અથડાતા મનના આકાશ પરથી લાગણીનો વરસાદ વરસી હ્રદયની ગલીઓમાં પ્રેમનું ઘોડાપુર આવે તેનું નામ "ગઝલ".
અરબી ભાષાના સ્ત્રીલિંગ શબ્દ ગઝલની શરૂઆત સૌ પ્રથમ અરબી અને ફારસી ભાષામા થઈ છે,ગઝલ પદ્ય સાહિત્યનો એક પ્રકાર છે. ગઝલ સૂફીઓનું ભક્તિસંગીત ગણાય છે. તે મુખ્યત્વે હિન્દી અને ઉર્દૂમાં લખાય છે.
જેમ ગીત અને કવિતા સાહિત્યના અલગ અલગ પ્રકાર છે એજ રીતે ગઝલ પણ સાહિત્યનો એક લોકપ્રિય પ્રકાર છે, ગઝલ શબ્દનો અર્થ "સ્ત્રી સાથે પ્રેમ ની વાતો કરવી અટલે કે "પ્રિયતમાને સંબોધન" કરવું એવો થાય છે,
આજના આધુનિક સમયે ગીત સંગીત અને મ્યુઝિકની વિશાળ શ્રેણી વચ્ચે પણ ગઝલનું સ્થાન પ્રથમ હરોળમા આવે છે
અને તેનું એક માત્ર કારણ માનવ હ્રદયમા ઉપજતા દરેક અહેસાસનું વર્ણન ગઝલમા થઈ શકતું હોવાથી ગઝલને

સાહિત્યનો સૌથી લોકપ્રિય પ્રકાર માનવામા આવે છે.
સ્ત્રીની સુંદરતાનાં વખાણ કરવાં - સ્ત્રીઓ સાથે વાતચીત કે વિલાસ કરવો - પ્રેમયુક્ત ભાષામાં કે કાવ્યરૂપ બોલવું - પ્રિયતમા સાથે પ્રેમવાર્તા કરવી .
સ્ત્રીઓની અને એમના પ્રેમની વાત કરનાર વ્યક્તિ - ફારસી અને ઉર્દૂ કાવ્યનો પ્રકાર જે ગુજરાતીમાં પણ લોકપ્રિય છે.જેની પહેલી અને આઠમી માત્રા જ લઘુ હોય એવો ચૌદમાત્રાનો છંદ.
અંતિમ શબ્દાર્થને બાદ કરતાં બાકીના અર્થ સાથે સંમત થઈ શકાય. બાલકલાપી યુગની ગઝલો મોટે ભાગે અઠ્ઠાવીસ માત્રાના હજ્ઝ ૨૮ છંદમાં લખાતી હોવાથી,
એની અર્ધપંક્તિને ચૌદ માત્રાની ગણી આવી વ્યાખ્યા અપાઈ છે, જે ભૂલભરેલી છે. આ તો ગઝલમાં વપરાતા અનેક છંદોમાંથી માત્ર એકની વાત કરાઈ છે.
'ગુજરાતી પ્રતિનિધી ગઝલો'ના સંપાદકીય વિદ્વત્તાપૂર્ણ લેખમાં ચિનુ મોદી લખે છે કે 'ગઝલ' એ અરબી સાહિત્યસંજ્ઞા છે. આ શબ્દ 'ગઝલ' એ અરબી શબ્દ પરથી બન્યો છે.
'ગઝલ'નો અર્થ છે હરણનું બચ્ચું. ફિરાક ગોરખપુરી 'ઉર્દૂ સાહિત્યનો ઇતિહાસ'માં આથી જ એમ નોંધે છે કે તીર ખૂંપેલા હરણની ચીસ એટલે ગઝલ.
હકીકતમાં 'ગઝલ' શબ્દનો અર્થ 'હરણનું બચ્ચું' થતો નથી. હરણના બચ્ચા માટે 'ગિઝાલ' શબ્દ છે અને હરણીને 'ગિઝાલા' કહેવામાં આવે છે. ધ્વનિસામીપ્ય સિવાય આ બે શબ્દો વચ્ચે કોઈ સંબંધ નથી.
ફિરાક ગોરખપુરીના અભિપ્રાયને કાવ્યાત્મક અભિવ્યક્તિ માનીને ચાલવું જોઈએ. એમના જેવા મહાકવિને આવી વ્યાખ્યા કરવાનો અધિકાર છે જ .

પણ શાબ્દિક રીતે 'ગજલ' અને 'હરણ' ને કોઇ સંબંધ નથી, એમ માનવું જ વધુ ઉચિત છે. વ્યુત્પત્તિના નિયમો પ્રમાણે પણ ગિઝાલ કે ગિઝાલા શબ્દ પરથી ગઝલ શબ્દ બની શકે નહીં.

મુહમ્મદ મુસ્તફાખાન મદ્દાહ સંપાદિત ઉર્દૂ હિન્દી શબ્દકોશમાં ગઝલનો અર્થ આ પ્રમાણે આપ્યો છે.

પ્રેમીકા સાથે વાર્તાલાપ, ઉર્દૂ–ફારસી કવિતાનો એક વિશેષ પ્રકાર જેમાં સામાન્ય રીતે પથી ૧૧ શેર હોય છે. તમામ શેર એક જ રદીફકાફિયામાં હોય છે.

દરેક શેરોમાં વિષય અલગ હોય છે. પહેલા શેરને મત્લા કહે છે. છેલ્લા શેરને મક્તા કહે છે જેમાં શાયર પોતાનું ઉપનામ વણી લે છે.આ વર્ણનાત્મક વ્યાખ્યા એકંદરે સ્વીકાર્ય લાગે છે. પ્રિયતમાની સાથેની ગોષ્ઠિ અને રૂપનાં વખાણ જેવા સીમિત વિષયોમાથી શરૂ થયેલો કસીદાનો આ પ્રકાર છે.

આ એના શાબ્દિક અર્થની સીમાઓને પાર કરી ચૂક્યો છે ત્યારે ગઝલને "ખાસ છંદોમાં લખાતું, વિશિષ્ટ સ્વરૂપ અને સ્વભાવ ધરાવતું ઊર્મિકાવ્ય" ગણી શકાય.

શેર શબ્દની ઊત્પત્તિ અરબી ભાષાના 'શઉર' શબ્દ પરથી થઈ છે, જેનો શાબ્દિક અર્થ છે જાણવું, શેરનો ઉચ્ચાર 'શેઅર' જેવો કરવામાં આવે છે. શેરનો સામાન્ય અર્થ જાણવા જેવી વાત એવો કરી શકાય. શેર ગઝલનો મૂળભૂત એકમ છે.

ગઝલમાં દરેક શેર પોતે અર્થની દૃષ્ટિએ સ્વતંત્ર હોય છે. અર્થાત કોઈ એક ગઝલનો ત્રીજો શેર સમજવા માટે બીજો કે ચોથો શેર વાંચવાની જરૂર ન પડવી જોઈએ.

એક શેરમાં છેડેલી વાત એ જ શેરમાં સંપૂર્ણ થવી જોઈએ. એ રીતે શેર ગઝલનો અંશ હોવા છતાં પોતાની રીતે સ્વતંત્રતા એકમ છે.

એક ગઝલના અલગ અલગ શેરો અર્થની દૃષ્ટિએ એકબીજાથી સંબંધિત કે એકબીજા પર આધારિત હોવા જરૂરી નથી. એક ગઝલમાં આવેલા તમામ શેરો એક જ છંદમાં હોય. અને રદીફ-કાફિયા જાળવીને લખાયા હોય, એટલું જ અનિવાર્ય છે. એમ કહી શકાય કે એક ગઝલના તમામ શેરો કોઈ એક ભાવ કે વિશેષ અર્થથી નહીં, પરંતુ છંદ, રદીફ અને કાફિયાથી જોડાયેલા હોય છે.

એક ગઝલના તમામ શેરોમાં ભાવસાતત્ય અનિવાર્ય નથી એટલું નોંધ્યા પછી ઉમેરવું જોઈએ કે ગઝલમાં ભાવસાતત્ય વર્જ્ય કે અસ્વીકાર્ય છે, એવું હરગિજ નથી. ખરેખર તો ભાવસાતત્યવાળી ગઝલો ઘણીવાર વધારે ઉચ્ચ રસાનુભૂતિ કરાવે છે.

આ ગઝલ વાંચતાં અચૂક ખ્યાલ આવશે કે સમગ્ર ગઝલ કોઈ એક વિશેષ પ્રસંગે, વતનથી વિદાય લેતાં લખાયેલી હોવાથી સમગ્ર કૃતિમાં ભાવસાતત્ય છે.

જે રસાનુભૂતિને સઘન બનાવે છે. સાથે-સાથે આ ગઝલનો દરેક શેર પોતાની જગ્યાએ, અર્થની દૃષ્ટિએ સ્વતંત્ર છે, એ પણ એટલું જ સાચું છે.

શેર બે પંક્તિઓનો બનેલો હોય છે. પંક્તિઓની લંબાઈ પસંદ કરેલા છંદ અનુસાર હોય છે. શેરની બે પંક્તિઓ અર્થની દૃષ્ટિએ એકબીજાની પૂરક હોય છે. ‘એક પંક્તિમાં દાવો હોય છે અને બીજી પંક્તિમાં દલીલ હોય છે.’

એવી પ્રચલિત સમજણ દરેક કિસ્સામાં સાચી નથી હોતી. એ ખરું કે ઘણા ચોટદાર શેરો તપાસતાં એમની સંરચનામાં દાવો અને દલીલની યોજના જોવા મળે છે, પરંતુ શેર રચવાની એ એકમાત્ર તરકીબ નથી.

બે પંક્તિઓમાં વિવિધ અર્થછટા નિપજાવી તર્ક, સૌંદર્ય કે ઊર્મિની દૃષ્ટિએ એમની વચ્ચે વિવિધ પ્રકારનો સંબંધ રાખી શેર અનેક રીતે લખી શકાય છે.

શાયરનાં સંવેદનશીલતા, ચતુરાઈ અને અભિવ્યક્તિકૌશલ્યના નિચોડરૂપે લખાતા શેર અસંખ્ય પ્રકારે લખી શકાય, શેર લખવાની તરકીબને વ્યાખ્યાના ચોકઠામાં બદ્ધ કરવાની કોઈ આવશ્યકતા જણાતી નથી.

સામાન્યતઃ શેર ગઝલના અંશરૂપે જ આવે છે, પરંતુ કદીક એવું બને કે કવિ એક શેર લખ્યા પછી બીજો શેર ન લખી શકે ત્યારે, જો એ એકમાત્ર શેર સાહિત્યિક દૃષ્ટિએ ઉચ્ચ મૂલ્ય ધરાવતો હોય તો એ 'છૂટા શેર' તરીકે પ્રસિદ્ધિ પામી શકે.

ઘણી વાર સંપૂર્ણ ગઝલમાંથી પણ એકાદ શેર જ લોકપ્રિય થાય છે અને અવતરણ તરીકે એ જ વારંવાર ટાંકવામાં આવે છે. જેમ કે, 'ઓજસ' પાલનપુરીનો આ શેરઃ

મારી હસ્તી મારી પાછળ એ રીતે વીસરાઈ ગઈ
આંગળી જળમાંથી નીકળી ને જગા પુરાઈ ગઈ

આખી ગઝલમાંથી ઘણી વાર આવો એકાદ ચોટદાર શેર જ પોતાની અવતરણ-ક્ષમતાને કારણે પ્રસિદ્ધિ પામે છે, પરંતુ એ યાદ રાખવું જોઈએ કે કવિ પોતાની પસંદગી કે ઇચ્છાથી 'છૂટો શેર' નથી લખતો,

એમ થઈ જાય છે. ગઝલની સંપૂર્ણ રસાનુભૂતિ માટે એક જ છંદ, રદીફ અને કાફિયા જાળવીને લખાયેલી અનેક શેરોવાળી ગઝલ જ વધુ સ્વીકાર્ય ગણાય. એકાદ છૂટો શેર નહીં, પરંતુ આખી ગઝલ જ શાયરની કવિત્વશક્તિની સાચી કસોટી છે.

શેર ઉપરથી જ 'શાયર' અને 'મુશાયરો' શબ્દ આવ્યા છે, એ દેખીતું છે. મુશાયરાનો અર્થ છે જ્ઞાનીઓની સભા, જેમાં બોલનાર અને સાંભળનાર બંને જ્ઞાની અથવા જ્ઞાનપિપાસુ

હોય એ જરૂરી છે!

આટલા વિવરણ પછી એટલું સમજી શકાયું હશે કે ભારતીય પરંપરામાં શ્લોકની વિભાવના અરબી-ફારસીના શેરની ખૂબ નજીક બેસે છે.

ફરક માત્ર રદીફ-કાફિયાની યોજનાનો છે. એમ કહી શકાય કે છંદ, રદીફ અને કાફિયાની એક દોરી પર ગૂંથેલાં અલગ અલગ પુષ્પો જેવી શેરોની પુષ્પમાળા એટલે જ ગઝલ.

એક શેરની બે પંક્તિઓને બે મિસરા તરીકે ઓળખવામાં આવે છે. 'મિસરા' શબ્દનો અરબી ભાષામાં અર્થ છે, બારણાનાં કમાડમાંનું એક કમાડ. કેવો ઉચિત શબ્દ છે!

જેમ બે કમાડ બરાબર બેસે તો દરવાજો બરાબર બંધ થાય તેમ બે મિસરા બરાબર બેસે તો શેરરૂપી દરવાજો રચાય.

શેરની પ્રથમ પંક્તિને 'ઉલા મિસરા' અને બીજી પંક્તિ 'સાની મિસરા' કહેવામાં આવે છે.

અરબી ભાષામાં 'ઉલા' એટલે પ્રથમ અને 'સાની' એટલે દ્વિતિય. એક જ શેરના બંને મિસરાઓ એક જ છંદમાં હોવા અનિવાર્ય છે. આમ તો, એક આખી ગઝલના તમામ મિસરાઓ એક જ છંદમાં હોય છે.

એક શેરના બે મિસરામાંથી પહેલો મિસરો સ્વરૂપની દૃષ્ટિએ મુક્ત હોય છે. એના પર છંદ જાળવવા સિવાય કોઈ બંધન હોતું નથી.

પરંતુ શેરના બીજા મિસરામાં આખી ગઝલ માટે જે રદીફ કાફિયાની યોજના નિયત કરી હોય, એનું પાલન કરવું પડે છે. ગઝલના પ્રથમ શેરમાં બંને મિસરાઓમાં રદીફ-કાફિયાની યોજના સ્થાપિત કરવી પડે છે,

બંને મિસરા અર્થની દૃષ્ટિએ એકમેકના પૂરક હોય છે. એક મિસરામાં એક આખું વાક્ય અથવા અધૂરું વાક્ય હોઈ શકે.

ઉદાહરણથી જોઈએ તો

જિંદગીના રસને પીવામાં કરો જલ્દી 'મરીઝ'
એક તો ઓછી મદિરા છે ને ગળતું જામ છે

અહીં બંને મિસરા બે અલગ અલગ વાક્યરૂપે છે, શેખાદમ આબુવાલાની ગઝલનો આ શેર

જમાનાની મરજીનો આદર કરીને
વિખૂટા પડીને મુલાકાત કરશું

અહીં બંને મિસરા મળીને એક વાક્ય બને છે. પ્રથમ મિસરામાં વાક્ય અધૂરું રહે છે. શેર રચવાની બંને રીત સ્વીકાર્ય છે.

ઘણી વાર આખો મિસરો સંપૂર્ણ કે અધૂરાં વાક્યો તરીકે નહીં, પરંતુ શબ્દો કે શબ્દસમૂહોના ટુકડા તરીકે આવે છે. ઉદાહરણ જોઈએ,

ચિતાઓ, વ્યથાઓ, અશ્રુઓ, નિશ્વાસ, નિરાશા, લાચારીએક
જીવને માટે જીવનમાં, મૃત્યુનાં ઘણા યમ રાખું છું

મિસરા તરીકે વિશિષ્ટ પંક્તિ લઈને આવેલો મનહર મોદીનો એક શેર જુઓ

એ જ છે મારા પરિચયની કથા ગાલગા ગાગાલગા ગાગાલગા

ગઝલના એક મિસરામાં કોઈ એક દૃષ્ટાંત કે પ્રતીકયોજના હોય અને એના આધારે બીજા મિસરામાં કોઈ સત્યનું પ્રતિપાદન થાય, એવું બની શકે.

એક મિસરામાં કોઈ વિધાન કે દાવો હોય બીજામાં એના સમર્થન માટે કોઈ દલીલ રજૂ કરવામાં આવી હોય એમ પણ બને.

કેટલીક વાર એક મિસરો કોઈ 'પ્લેટફૉર્મ' કે 'રન-વે' તૈયાર કરી આપે છે, જેના ઉપરથી બીજો મિસરો કાવ્યાત્મક ઉડ્ડયન કરે છે.

બે મિસરા વચ્ચે અનેક પ્રકારનો સંબંધ હોઈ શકે, શરતમાત્ર એટલી જ રહે છે કે અન્યોન્યના આધારથી શેરને અર્થસાધકતા મળે.

રદીફ શબ્દની ઉત્પત્તિ અરબી ભાષાના 'રદ' શબ્દ પરથી થઈ છે. જેનો શાબ્દિક અર્થ છે.

'ફરીથી આવવું' 'પાછા આવવું'સંગીતકાર જેમ ફરી ફરીને અંતે સમ પર આવે છે, ગાયક ફરી ફરીને જેમ મુખડા પર આવે છે એ રીતે ગઝલકાર શેરને અંતે 'રદીફ' પર આવે છે. રદીફનો અર્થ ઘોડા પર સવાર થયેલ ઘોડેસવારની પાછળ બેઠેલા માણસ એવો પણ કરવામાં આવ્યો છે. અર્થાત કાફિયાને ઘોડેસવાર ગણીએ તો રદીફ હંમેશા એની પાછળ બેઠેલા સાથી તરીકે હોય જ.

'ક્ષણોને... ને ધ્યાનમાં રાખીએ તો પ્રાસરૂપે આવતા શબ્દો 'તોડવા' 'જોડવા' વગેરે પછી પ્રથમ શેરના બંને મિસરામાં અને ત્યાર બાદના શેરોમાં બીજા મિસરામાં આવતો 'બેસું તો વરસોના વરસ લાગે'

એ આખો શબ્દ સમૂહ કોઈ પણ ફેરફાર વગર પુનરાવર્તિત થાય છે, એ જ ગઝલનો રદીફ છે.

'મળે ન મળે' શબ્દસમૂહ પ્રથમ શેરના બંને મિસરામાં અને ત્યાર બાદના દરેક શેરના બીજા મિસરામાં પુનરાવર્તિત થતો હોવાથી એ રદીફ છે. રદીફ ગમે તેટલો લાંબો કે ગમે તેટલો ટૂંકો હોઈ શકે.

રદીફ ગઝલને એકસૂત્રથી બાંધે છે. લાંબો રદીફ ગઝલને એક આગવું ભાવવિશ્વ આપે છે.

જેમ કે, 'બેસું તો વરસોના વરસ લાગે' જેવો રદીફ અનિવાર્યપણે પ્રલંબ પ્રયાસોની નિ:સહાયતાનો ભાવ દરેક શેરમાં લઈ આવે. એ જ રીતે 'મળે ન મળે' જેવો રદીફ દરેક

શેરમાં અનિશ્ચિતતાનો ભાવ લઈ આવે.
રદીફ જેમ વધુ લાંબો* તેમ રદીફ વધુ ચુસ્ત ગણાય, કેમ કે એ ગઝલના અર્થવિસ્તાર કે વ્યાપની ક્ષમતાને એટલે અંશે સીમિત કરે છે,
પરંતુ એ સીમિત પટાંગણમાં જે વિવિધ અર્થછટાઓના ખેલ ખેલવાની ગઝલકારની ક્ષમતાને લલકારે છે અને ચુનંદા ગઝલકારો આ પડકાર ઝીલીને મેદાન મારી જાય છે, એ વાતની પ્રતીતિ આ બંને ગઝલોમાં થાય છે.
રદીફ જેમ વધુ ટૂંકો તેમ વધુ મુકત ગણાય. રદીફ વિનાની ગઝલોને 'ગેર-મુરદફ' ગઝલો કહેવામાં આવે છે. કેટલાક આવી ગઝલો માટે 'હમરદીફ હમકાફિયા' શબ્દનો પ્રયોગ કરે છે. ઉદાહરણ તરીકે જોઈએ તો 'તમારા પગ મહી જ્યારે પડ્યો છું'માં રદીફ 'છું'
માત્ર એકાક્ષરી છે. આવો રદીફ ગઝલના અર્થવિશ્વને ખૂબ મુક્ત કરી દે છે. સંદર્ભ ગઝલ તરીકે મૂકેલી મરીઝની ગઝલ 'એવો કોઈ દિલદાર જગતમાં નજર આવે',
ગઝલ- મનહર મોદીની 'એ જ મારા પરિચયની કથા', તેમ જ શ્રી રમેશ પારેખની 'આપણે આપણો ધર્મ સંભાળીએ'- આ ત્રણે ગઝલોમાં રદીફ નથી.
એટલે કે આ ગઝલો 'ગેરમુરદદ્દક ' છે. આવી ગઝલો પણ સ્વીકાર્ય છે. અર્થાત ગઝલમાં રદીફ અનિવાર્ય નથી.
રદીફ ટૂંકા હોય ત્યારે,અથવા રદીફ ન હોય ત્યારે ગઝલકાર પર ખાસ બંધન રહેતું નથી.
રદીફને કારણે ગઝલના અર્થ-ઉડ્ડયનના વ્યાપની જે સીમા બંધાય છે, તેને કારણે ઘણી વાર ગઝલનો એકસૂત્ર ભાવપિંડ બંધાય છે. રદીફની ગેરહાજરીમાં,

જો ગઝલકાર સભાન ન રહે તો આખી ગઝલ અર્થ કે ભાવની દૃષ્ટિએ વિચ્છિન થઈ જવાની સંભાવના રહે છે.
સમગ્રતાનો અનુભવ થતો નથી અને અલગ અલગ વિષયના શેરોને કારણે રસાનુભૂતિમાં વિક્ષેપ પડવાની સંભાવના રહે છે. સિદ્ધ ગઝલકારો જ્યારે પણ ટૂંકા રદીફનો ઉપયોગ કરે.
અથવા રદીફ વગરની ગઝલો લખે ત્યારે મોટે ભાગે સમગ્ર ગઝલનો ભાવપિંડ અન્ય રીતે કોઈક સૂક્ષ્મ અન્વીતિથી બાંધી ગઝલનું એક કૃતિ તરીકેનું પોત જાળવી રાખે છે.
ગઝલના શેરોના વિષયની પસંદગી અને ક્રમની ગોઠવણીમાં સૂક્ષ્મ પ્રકારે સાતત્ય દાખવીને તેઓ રચનાને વિચ્છિન થતી બચાવી લે છે.
ઉદાહરણની ત્રણે ગઝલોમાં આ તથ્યની પેઅતીતિ કરી શકાશે. આમ, લાંબા રદીફમાં સીમિત પટાંગણમાં ખેલવાની ક્ષમતાની કસોટી થાય છે.
રદીફ શબ્દને અમુક ગઝલકારો સ્ત્રીલિંગમાં ઉલ્લેખી ‘લાંબી રદીફ અથવા ટૂંકી રદીફ’ એ પ્રકારે શબ્દપ્રયોગ કરે છે. ‘કાફિયા’ શબ્દ ‘પુલ્લિંગ’ હોવા વિશે એકમતી છે.
કદાચ, ઘોડા પર આગળનાં ‘પુલ્લિંગ’ હોય અને પાછળનો સવાર ‘સ્ત્રીલિંગ’ હોય, એ કલ્પના વધુ રોમેન્ટિક લાગે, પરંતુ એવા કોઈ દાક્ષિણ્ય વગર અહીં ‘રદીફ’ શબ્દને પુલ્લિંગ ગણવાનું વલણ રાખ્યું છે.
ટૂંકા રદીફ તરીકે ઘણી વાર રેતી, રણ, પીછું, ટહુકો, માણસ, પવન, પગ વગેરે શબ્દો-સંજ્ઞાઓ-પ્રતીકોનો ઉપયોગ થાય છે.
આ શબ્દોને પ્રતીકો તરીકે વાપરી કવિ પોતાની કલ્પનાશક્તિથી દરેક શેરમાં જુદી જુદી અર્થછટાઓ નિપજાવે છે. મનોજ ખંડેરિયાની ગઝલ ‘પીંછું’ના થોડા શેર આ

સંદર્ભમાં જોઈ શકાય. અહીં રદીફ ‘જાય પીંછું’ એમ બે શબ્દનો છે.

ગગન સાથ લઈ ઊતરે એ ફરકતુંવિહગ-પાંખથી જે ખરી જાય પીંછું

ફરકતું પડે ત્યારે ભૂરી હવામાંઝીણાં શિલ્પ કંઈ કોતરી જાય પીંછું

હ્રદયમાં વસ્યાં પંખીઓ બહાર આવેકદી આંખમાં જો તરી જાય પીંછું

રદીફ-કાફિયાની જુગલબંધીથી રચાતી એક પ્રકારની ચમત્કૃતિની પણ વાત કરી લઈએ. પ્રથમ ઉદાહરણ જોઈએ.

ધારો કે એક ઉર્દૂ ગઝલમાં પતા ના લગે, દુઆ ના લગે, વફા ના લગે,- પ્રકારની રદીફ-કાફિયાની યોજના હોય અને એ ગઝલનો એક શેર આ પ્રમાણે આવે..

તુમ્હારે શહેર કા મોસમ બડા સુહાના લગે, મૈં એક શામ ચૂરા લૂં અગર બૂરા ના લગે

અહીં ગઝલની તમામ અન્ય પંક્તિઓમાં ‘ના લગે’ રદીફ નકારાત્મકતા સૂચક છે, પરંતુ આ શેરની પ્રથમ પંક્તિમાં ‘સુહાના’ શબ્દમાં કાફિયા અને રદીફ બંનેનો સમાસ થઈ જાય છે.

‘સુહા’ શબ્દાંશ કાફિયાની ગરજ સારે છે અને ‘ના’ શબ્દાંશ ‘લગે’ સાથે મળી રદીફ નિભાવે છે.

જો આ ગઝલમાં આગળ જણાવ્યું તેમ પતા ના લગે, વફા ના લગે, દુઆ ના લગે, એ પ્રકારની પ્રાસયોજના હોય, એમાં ‘સુહાના લગે’ જેવા કાફિયા-રદીફ આવે તો એને ‘કાફિયાએ મામુલા તહલીલી’ નામનો અલંકાર ગણવામાં આવે છે.

પરંતુ જો આખી ગઝલમાં જમાના લગે, ખઝાના લગે, સુહાના લગે જેવી પ્રાસયોજના હોય અને એમાં ‘બૂરા ના લગે’ જેવા

કાફિયા-રદીફ આવે તો એને 'કાફિયાએ મામુલા તરકીબી' નામનો અલંકાર ગણવામાં આવે છે.

ગઝલમાં વિચાર દે, દ્વાર દે, ઉધાર દે, પ્રકારની કાફિયા-રદીફની યોજના છે. થોડી ગુસ્તાખી કરીને આપણે આ કાફિયા-રદીફ જાળવીને એક આવો શેર લખીએ....

નાનકડું ઘર છે મારું, ઉતારો ક્યાં આપવો

?મારી ગઝલમાં આવી વસો માત શારદે !

અહીં 'શારદે' શબ્દના બે અંશ થઈ, પ્રથમ શબ્દાંશ 'શાર' કાફિયાની ગરજ સારે છે અને બીજો શબદાંશ 'દે' રદીફ નિભાવે છે. આ પણ કાફિયાએ મામુલા તહલીલીનું ઉદાહરણ થયું.

આ અલંકાર ઘણી વાર ઉચ્ચ કક્ષાની રસાનુભૂતિ જન્માવે છે, પણ આવી પ્રયુક્તિઓના અતિરેક સામે પણ સાવધ રહેવું જોઈએ.

એક ઇશારો 'તકાબીલ રદીફ' એટલે કે રદીફના સંઘર્ષ તરીકે ઓળખાતા એક દોષ પ્રત્યે કરી લઈએ. મરીઝની ઉપરોક્ત ગઝલમાં એક શેર આ પ્રમાણે છે.

પીઠામાં મારું માન સતત હાજરીથી છે

મસ્જિદમાં રોજ જાઉં તો કોણ આવકાર દે?

ફરી એક વાર ગુસ્તાખી કરી આ શેરમાં થોડો ફેરફાર કરીએ.

પીઠામાં દઉં જો હાજરી, સઘળાં ય માન દે

મસ્જિદમાં રોજ જાઉં તો કોણ આવકાર દે?

અહીં રદીફ 'દે' પહેલી પંક્તિમાં જરૂરી નથી, તો પણ લાવવામાં આવ્યો છે. તેથી એ દોષ બને છે. રદીફ સાથે જો કાફિયો પણ હોત તો આ શેર મત્લાનો શેર થઈ જાત,

આ રીતે મત્લાના શેરો સિવાયના શેરોમાં, શેરની પ્રથમ પંક્તિના અંતે રદીફ લાવવાથી શેરનું સૌંદર્ય જોખમાય છે.

આ દોષને 'તકાબીલ રદીફ' તરીકે ઓળખવામાં આવે છે. પત્તાની રમતમાં કસમયે પત્તાં ખોલી દેવાની નાદાની કરવા જેવા આ દોષને જાણકારો રદીફનો મોટો દોષ ગણે છે. ગઝલકારે આ દોષ બાબતે સભાન રહેવું જોઈએ.

કાફિયા શબ્દનો ઉદભવ અરબી શબ્દ 'કફુ' પરથી થયો છે, જેનો અર્થ છે પાછળ આવવા માટે તૈયાર, કાફિયા એક અસવારની માફક,

પોતાની પાછળ રદીફ નામના સાથીને બેસાડીને, દરેક શેરની પાછળ આવવા તૈયાર હોય છે, એવો સંકેત આ નામકરણની પાછળ છે.

ગુજરાતીમાં જેને આપણે 'પ્રાસ' અથવા 'તૂકાન્ત' તરીકે ઓળખીએ છીએ, એ જ ગઝલમાં કાફિયા છે.

શરૂઆતમાં અરબી પરંપરામાં પણ, ભારતીય પરંપરાની જેમ જ પ્રાસ તરીકે પંક્તિના અંતે જ કાફિયા લાવવાનું વલણ હતું, પરંતુ ફારસી અને ઉર્દૂ પરંપરામાં રદીફનો વપરાશ વધ્યો અને કાફિયા રદીફની આગળ આવતા થયા.

વાત, મુલાકાત, જાત, રાત વગેરે કાફિયા છે અને 'કરશું' રદીફ છે. કાફિયા તરીકે વપરાતો શબ્દ બદલાતો રહે છે, રદીફ એક જ રહે છે. સંદર્ભ ગઝલ-૩માં પણ કાફિયા આ જ પ્રકારના છે,

વલોપાત, શરૂઆત, વાત, મુલાકાત, રજૂઆત, વસૂલાત વગેરે. રદીફ તરીકે 'વગર' શબ્દ છે.

પરવરદિગાર, વિચાર, દ્વાર, આવકાર વગેરે કાફિયા છે, અને રદીફ તરીકે 'દે' શબ્દ છે. સંદર્ભ ગઝલ-૬માં નગર, ઉપર, અસર, નજર, કબર વગેરે કાફિયાની સાથે 'ગળે ન ગળે' રદીફ છે.

સંભાળીએ, પંપાળીએ, ટાળીએ, ગાળીએ, જાળીએ વગેરે કાફિયા છે. આ ગઝલ રદીફ વગરની છે. ગઝલ-૫માં આવે, બનાવે, બતાવે, મનાવે વગેરે કાફિયા છે અને રદીફ નથી.

કાફિયા તરીકે વપરાયેલા શબ્દમાંથી શબ્દનો પાછળનો જે અંશ તમામ કાફિયામાં સામાન્ય હોય છે એને આપણે ‘કાફિયાનો આધાર’ કહીશું. પ્રથમ ગઝલમાં વાત, મુલાકાત, જાત, રાત વગેરે કાફિયા હોવાથી ‘આત’ શબ્દાંશ કાફિયાનો આધાર ગણાશે.

બીજી ગઝલમાં સંભાળીએ, પંપાળીએ, ટાળીએ વગેરે કાફિયાઓમાં ‘આળીએ’ શબ્દાંશ કાફિયાના આધાર તરીકે છે. ચોથી ગઝલમાં કાફિયાનો આધાર ‘આર’ શબ્દાંશ છે, પાંચમી ગઝલમાં ‘આવે’ શબ્દાંશ કાફિયાનો આધાર છે. છઠ્ઠી ગઝલમાં ‘અર’ શબ્દાંશ કાફિયાનો આધાર છે.

કાફિયાનો આધાર લાંબો હોય તો એ કાફિયાને તંગ અથવા ચુસ્ત કાફિયા કહેવાય, ‘આળીએ’ કાફિયાનો આધાર પ્રમાણમાં ચુસ્ત કહેવાય. સંભાળીએ, પંપાળીએ, જાળીએ વગેરેને બદલે સંભાળીએ, દર્શાવીએ,

શણગારીએ જેવા કાફિયાઓ પસંદ કરીએ તો કાફિયા પ્રમાણમાં મુક્ત બને. કાફિયાનો આધાર ‘આળીએ’ ને બદલે ‘ઇએ’ થવાથી કાફિયાને પસંદગી માટે વધુ શબ્દોનો વ્યાપ મળે, તેથી ગઝલ રચવાનું સહેલું બને.

માં કથા, લગા, થયા, વેગળા, જગા વગેરે કાફિયામાં કાફિયાનો આધાર માત્ર ‘આ’ શબ્દાંશ હોવાથી આ કાફિયા પ્રમાણમાં ખૂબ મુક્ત છે,

કવિને ઘણા વિકલ્પો મળી રહે છે. કાફિયો ચુસ્ત કે તંગ હોય, વધુ વિકલ્પો ન હોય ત્યારે કાફિયાનુસારી શેરો લખવાની શક્યતા વધી જાય છે.

'શોભા'ની સાથે કોરા, ધોયા, નોખા, બોદા જેવા કાફિયા આવે ત્યારે કાફિયાનો આધાર માત્ર 'આ' શબ્દાંશ છે તેથી પડઘા, જૂઠા, ભીના જેવા આકારાન્ત કાફિયા પણ નભે.

છતાં કાફિયાના આધારની આગળનો સ્વર પણ સાચવીએ તો કાફિયામાં થોડી ચુસ્તી આવે છે. તેથી શોભાની સાથે પડઘા, જૂઠા, ભીના વગેરે કાફિયા થોડા મુક્ત ગણાય અને કોરા, ધોયા, નોખા, બોદા વગેરે પ્રમાણમાં ચુસ્ત ગણાય.

પતીલની ગઝલ 'હતા કાફીશાળાઓ મહીં સાથે થનારા'માં થનારા, આપનારા, સિતારા, તમારા વગેરે કાફિયાઓ દ્વારા કાફિયાનો આધાર 'આરા' સ્થાપિત થાય છે.

પરંતુ આ જ ગઝલમાં 'ખારાં' કાફિયા આવે છે જેમાંથી 'આરાં' શબ્દાંશ છૂટો પડે છે. આમ, અનુસ્વારને કારણે કાફિયાની શુદ્ધતા ખોડંગાય છે.

ભગવતીકુમાર શર્માની ગઝલ 'માણસ' માં ઘટના, સમસ્યા, તડકા, ટહુકા વગેરે કાફિયાઓમાં 'આ' કાફિયાનો આધાર છે, જ્યારે એક કાફિયો 'તણખલાં'માંથી 'આં' શબ્દાંશ છૂટો પડે છે. આ પ્રકારના દોષને ગુજરાતી ભાષામાં દોષ ન ગણવો જોઈએ, કેમ કે

આપણી ભાષામાં અનુસ્વાર વિશિષ્ટ રીતે વપરાય છે. લિંગ કે વચન બદલાતાં અનુસ્વારનો ફરક પડી જાય છે, તેથી અનુસ્વાર પૂરતી, કાફિયાઓમાં છૂટછાટ માન્ય હોવી જોઈએ.

ગયા, થયા,

રહ્યા જેવા કાફિયાવાળી અથવા આમાંથી એકાદ શબ્દ રદીફ હોય ત્યારે પણ અનુસ્વારને કારણે કાફિયા અને રદીફની શુદ્ધતાની રામાયણ થાય છે,

કાફિયાના બીજા એક મહત્વના દોષ માટે પણ 'પતીલ'ની ઉપરોક્ત ગઝલ જ જોઈએ. મત્લાના શેરમાં 'થનારા' અને

'આપનારા' કાફિયાઓ દ્વારા 'અનારા' શબ્દાંશ સ્થાપિત થાય છે, પછીના શેરોમાં સિતારા,
તમારા વગેરે કાફિયાઓમાંથી 'અનારા' શબ્દાશં નીકળતો નથી. આખી ગઝલમાં કાફિયાનો આધાર 'આરા' સચવાય છે, પરંતુ પ્રથમ શેરમાં જે કાફિયાનો આધાર સ્થાપિત થયો હોય, એ જ આખી ગઝલમાં જળવાય એ જરૂરી છે.
નઝીર ભાતરીની એક ગઝલનો પ્રથમ શેર આ પ્રમાણે છે :

કદી ન્હોતો થયો પહેલાં હું એવો કેમ રોષિત છું
મને લાગી રહ્યું છે આજ હું પોતે જ દોષિત છું

અહીં 'રોષિત' અને 'દોષિત' કાફિયાઓ દ્વારા 'ઓષિત' શબ્દાંશ કાફિયાના આધાર તરીકે સ્થાપિત થાય છે.
હવે ગઝલને આગળ વધારવા માટે કવિ સુવાસિત, પરિચિત, સુરક્ષિત કે પ્રભાવિત જેવા કાફિયા વાપરે છે જેમાં કાફિયાનો આધાર 'ઓષિત' જળવાતો નથી માત્ર 'ઇત' જળવાય છે. આ દોષ ગણાય.
ભગવતીકુમાર શર્માની એક ગઝલનો પ્રથમ શેર છે:

સમ્રાટમાં નથી અને દરવેશમાં નથી
મારી મનુષ્યતા કોઈ ગણવેશમાં નથી

અહીં પણ 'અવેશ' જેવો કાફિયાનો આધાર સ્થાપિત કર્યા પછી આદેશ, ઝુંબેશ, હંમેશ જેવા કાફિયા શાસ્ત્રીય રીતે ન વાપરી શકાય. જલ્દી ધ્યાનમાં ન આવતો.
આ દોષ ઉર્દૂ ફારસીમાં મહત્વનો દોષ ગણાય છે.આ દોષ નિવારવા માટે મત્લાના શેરમાં અતિયુસ્ત કાફિયા ન રાખવા જોઈએ.
પતીલની ગઝલમાં પહેલા શેરમાં 'થનારા'ની સાથે 'આપનારા' ને બદલે 'સિતારા'; નઝીર ભાતરીની ગઝલમાં 'રોષિત'ની સાથે 'સુવાસિત' અને ભગવતીકુમાર શર્માની

ગઝલમાં દરવેશની સાથે આદેશ જેવા કાફિયા વપરાયા હોત, તો પ્રમાણમાં મુક્ત એવી કાફિયાની યોજના સ્થાપિત થાત. અને આ દોષનું નિવારણ થઈ શક્યું હોત.

કદીક આવી ચુસ્ત યોજનાવાળા કાફિયા મત્લામાં વપરાઈ જાય અને પછી એને નિભાવી શકાય એમ ન હોય, તો શ્રેષ્ઠ ઉપાય પછી એ છે કે એ મત્લાને બીજા ક્રમે મૂકી, એક નવો મત્લો રચવો જેમાં પ્રમાણમાં મુક્ત એવી કાફિયાની યોજના હોય.

એકસરખા કાફિયા પણ ચુસ્તતાની દ્રષ્ટિએ તપાસવા જેવા હોય છે. આવતો, ચાલતો, ભાવતો, મારતો જેવા કાફિયાની સરખામણીમાં આવતો, ભાવતો, લલચાવતો, શોભાવતો વગેરે કાફિયાઓની યોજના વધુ ચુસ્ત ગણાય.

એ જ રીતે રટણ, બાળપણ, વ્યાકરણ જેવા કાફિયાની સરખામણીમાં ઝરણ, શરણ, મરણ, આવરણ, સ્મરણ જેવા કાફિયા વધુ ચુસ્ત ગણાય.ઉર્દૂ-ફારસી પરંપરામાં કાફિયાશુદ્ધિ માટે આખું 'કાફિયાશાસ્ત્ર' રચાયું છે.

કેટલીક ગઝલોમાં કાફિયાના સ્થાન ઉપરાંત અન્ય સ્થાને પણ પ્રાસ જોવા મળે છે, એનો નિર્દેશ કરી લઈએ. રમેશ પારેખની એક ગઝલનો મત્લો આ પ્રમાણે છે:

તારાં જ છે તમામ, ન ફૂલોનાં પૂછ નામ,
ગમે તે ઉઠાવ તું, લૂછી લે ભીની આંખ,
ન દરવાજા બંધ રાખ, ફરી ઘર સજાવ તું

અહીં ઉઠાવ, સજાવ કાફિયા ઉપરાંત દરેક પંક્તિમાં તમામ-નામ, આંખ-રાખ જેવો આંતરિક પ્રાસ છે.

મરીઝની એક ગઝલના બે શેર જોઈએ:

કોશિશની કોઈ ભાવના પ્રેમ જગતમાં લાવ ના
આવી શકાય આવ ના, આવી જવાય આવ તું

કંગાળ છું કૃપા ન કર, પાપ કરું ક્ષમા ન કર
દૂર રહી દયા ન કર, પાસ રહી સતાવ તું

અહીં પણ આવ, સતાવ વગેરે કાફિયાઓ ઉપરાંત પ્રથમ શેરમાં ભાવના, લાવ ના, આવ ના અને બીજા શેરમાં કૃપા, ક્ષમા અને દયા જેવા આંતરિક પ્રાસ જોવા મળે છે.

આ વધારાની પ્રાસયોજના અતિરિક્ત શોભા માટે છે. હજારોમાં એકાદ ગઝલમાં આવી પ્રાસરચના જોવા મળે છે.

ગુજરાતી સાહિત્યમાં ગઝલ તરીકે ઓળખાવાયેલી કલાપીની ગઝલ 'આપની યાદી'માં 'આપની' રદીફ તો દરેક શેરમાં જળવાયો છે, પરંતુ કાફિયા જળવાયો નથી.

આ ગઝલમાં કાફિયા નથી, એ ક્ષતિને બાદ કરતાં આ રચના ગઝલના અન્ય માપદંડો પર ખરી ઉતરે છે.

વળી, ગુજરાતી ગઝલ ઇતિહાસના શરૂઆતના તબક્કાની આ ગઝલનું ઐતિહાસિક મૂલ્ય પણ છે, પરંતુ હવે ગુજરાતી ભાષામાં ગઝલના આટલા વિકાસ પછી આજનો શાયર કાફિયા વિનાની ગઝલ લખે તો તે અક્ષમ્ય ગણાય.

અમુક વિદ્વાનો ગઝલમાં ઓછામાં ઓછા પાંચ શેરો જરૂરી માને છે. જોકે ગુજરાતી ભાષામાં ઓછામાં ઓછા ત્રણ શેરોની ગઝલો પણ લખાઈ છે અને સ્વીકારાઈ છે,

એ જોતાં કાફિયાની પસંદગી કરતી વખતે ઓછામાં ઓછા ત્રણ શેર રચી શકાય તે માટે ઓછામાં ઓછા ચાર કાફિયા ઉપલબ્ધ હોવા જોઈએ.

પાંચ શેરની લઘુતમ મર્યાદા સ્વીકારીએ તો છ કાફિયા જરૂરી ગણાય. નવા ગઝલકારો લાંબી ગઝલ લખવાનું વલણ ધરાવતા નથી,પરંતુ પરંપરાના કેટલાક ગઝલકારો ડઝનબંધ શેરોવાળી ગઝલો લખવાનું પસંદ કરતા.

ઉપલબ્ધ હોય એવા તમામ કાફિયાઓ વાપરી લાંબી લચક ગઝલો લખતા જેમાં કાફિયાનુસારી ભરતીના શેરોનો ખડકલો જોવા મળતો. સદભાગ્યે આ વૃતિ હવેના શાયરોમાં નથી.

શ્રેષ્ઠ શાયરની એ ખાસિયત હોય છે કે તે પસંદ કરેલા પ્રત્યેક કાફિયા પર જ્યાં સુધી શ્રેષ્ઠ શેર ન લખી શકાય ત્યાં સુધી ફરી ફરી પ્રયત્નો કરે છે.

સારા શાયરો ઉપલબ્ધ કાફિયાને ઉતાવળે વેડફી નાખવાના બદલે ધૈર્યપૂર્વક એ કાફિયાની તમામ શક્યતાઓ તાગી, એમાંથી શ્રેષ્ઠ શક્યતા પસંદ કરી શેર નિપજાવે છે.

ગઝલને જો તંબૂનું રૂપક આપીએ તો કાફિયા એનો વાંસ છે. કાફિયાના યોગ્ય સંતુલન વગર ગઝલની ઇમારત ધરાશાયી થઈ જાય.

કાફિયાને અનુસરવું પડે છે એ ગઝલકાર માટે એક મર્યાદા છે. આ મર્યાદામાં રહીને ગઝલકાર એકાધિક ઉત્તમ શેરોનું એક મજાનું ભાવવિશ્વ ખડું કરી દે છે એ ગઝલકારની ઉપલબ્ધિ છે.

આમ, સર્જનાત્મકતાના ઉચિત સ્પર્શથી કાફિયાનું બંધન, બંધન રહેતું નથી.

રદીફ ગઝલને એકસૂત્રની અથવા એક વિષય કે વિચારની આસપાસ બાંધી રાખે છે. કાફિયા, રદીફના ખૂંટે બંધાઈને પણ વિવિધ વિષયો કે વિચારોની સફર કરી લે છે.

રદીફ અને કાફિયાની આ લીલાથી આકાર ધારણ કરતી ગઝલનો આ જ રોમાંચ છે. રદીફ, કાફિયા અને છંદના બંધનમાં રહીને કશુંક નિર્બંધ તાકવું એ જ ગઝલની ઉપલબ્ધિ છે

'મત્લા' શબ્દની ઉત્પત્તિ અરબી ભાષાના શબ્દ 'તુલુઅ' પરથી થઈ છે, જે સામાન્યત : 'સૂર્યના ઉદય થવા' નો સંકેત કરે

છે. આમ, 'મત્લા' શબ્દ ગઝલનો ઉદય થઈ રહ્યો છે, અથવા શરૂઆત થઈ રહી છે એમ સૂચવે છે.

મત્લાનો અર્થ 'આકાશ' અથવા 'નભોમંડળ' જેવો પણ થઈ શકે. ગઝલના પહેલા શેરના બંને મિસરામાં કાફિયા-રદીફની યોજના પાળવામાં આવે છે. ગઝલના આવા પહેલા શરને મત્લા કહેવામાં આવે છે.

એક ગઝલમાં ઓછામાં ઓછો એક મત્લા હોય એ જરૂરી છે. ગુજરાતી ભાષામાં કેટલીક મત્લા વગરની ગઝલો જોવા મળી છે. શાસ્ત્રીય દૃષ્ટિએ એ સ્વીકારી ન શકાય.

ગઝલમાં એકથી વધુ મત્લા હોઈ શકે. સંદર્ભ ગઝલ-૩માં ત્રણ જેટલા મત્લા છે એ જોઈ શકાશે. મત્લાના શેરો ગઝલની શરૂઆતમાં જ આવે.

મત્લાના શેરથી શાયરને રદીફ-કાફિયાની કઈ યોજના અભિપ્રેત છે એનો વાચક કે શ્રોતાને ખ્યાલ આવે છે. ગઝલના રદીફ-કાફિયા મત્લાના શેરથી સ્થાપિત થાય છે. ઘણી વાર આખી ગઝલના અન્ય શેરો લખાઈ જાય છે,

પરંતુ મત્લા રચી શકાતો નથી. બંને પંક્તિમાં રદીફ-કાફિયા જાળવવાના હોવાથી મત્લા શાયર માટે મોટી કસોટી બની રહે છે. વળી, મત્લાથી ગઝલનો ઉપાડ થતો હોવાથી એ શેર સારો હોય, ચોટદાર હોય, પ્રભાવશાળી હોય એવી અપેક્ષા પણ રહે છે.

મક્તા સંજ્ઞા મૂળ અરબી શબ્દ 'કત્અ' પરથી આવ્યો છે, જેનો અર્થ થાય છે, કાપીને પૂરું કરવું, અટકવું. અર્થાત્ જે શેર પર ગઝલ પૂરી થાય એ શેરને મક્તા કહે છે.

અમુક વિદ્વાનો માને છે કે ગઝલના અંતિમ શેરમાં જો શાયરનું ઉપનામ એટલે કે તખલ્લુસ વણી લેવાયું હોય તો જ એ શેરને 'મક્તા' કહેવાય, અન્યથા તખલ્લુસ વિનાના અંતિમ

શેરને 'આખિરી શેર' કહેવાની પરંપરા છે,
પરંતુ 'મક્તા' શબ્દના અર્થમાં ક્યાંય એવો કોઈ ભાવ અભિપ્રેત નથી કે એમાં તખલ્લુસ અનિવાર્ય છે. પરંતુ કોઈ પણ સ્વરૂપના વિકાસમાં નર્યા શબ્દાર્થો ઉપરાંત પરંપરાઓનું પણ મહત્વ હોય છે.
તેથી કોઈ 'મક્તા'ના શેરમાં તખલ્લુસ અનિવાર્ય ગણે તો એ માન્યતા પરંપરાથી રૂઢ થઈ હોવાથી એને પડકારી ન શકાય.
ફારસીમાં લગભગ દરેક શાયર્નું આગવું તખલ્લુસ હોય છે અને છેલ્લા શેરમાં લગભગ અચૂકપણે તખલ્લુસ જોવા મળે છે. ગુજરાતીના ઘણા આધુનિક શાયરો તખ્લ્લુસ રાખતા નથી. ટૂંકમાં, ગઝલમાં તખ્લ્લુસ અનિવાર્ય નથી.
તખલ્લુસનો ઇતિહાસ રસપ્રદ છે. ગઝલના વિકાસના શરૂઆતના તબક્કામાં છેલ્લા શેરમાં તખલ્લુસ મૂકવાનો રિવાજ ન હતો.
આ ગઝલો જ્યારે તવાયફોના કંઠે ગવાતી ત્યારે ગઝલની તમામ ખૂબીઓ માટે દાદ તવાયફને મળતી અને શાયર બિચારાનો નામોલ્લેખ પણ થતો નહિ.
આમ, ગઝલ પરનું પોતાનું કર્તૃત્વ સિદ્ધ કરવાના મરણિયા પ્રયાસરૂપે શાયરોએ છેલ્લા શેરમાં પોતાનું તખ્લ્લુસ મૂકવાનું શરૂ કર્યું, એમ કહેવાય છે.
ગાલિબની શરૂઆતની ગઝલોમાં 'અસદ' તખ્લ્લુસ જોવા મળે છે, પછી 'અસદ' તખ્લ્લુસ ધરાવતા અન્ય એક સામાન્ય કક્ષાના શાયર પ્રકાશમાં આવતાં.
ગાલિબે એ તખ્લ્લુસનો ત્યાગ કરી 'ગાલિબ' તખ્લ્લુસ અપનાવ્યું. 'અરાદ' તખલ્લુરા ગાલિબના ગૂળ નાગ અસદુલ્લાહખાનનું ટૂંકુ રૂપ હતું.

તખલ્લુસ ટૂંકુ હોય છે, છંદસાધ્ય હોય છે, એટલે કે ગઝલના એકાધિક છંદોમાં બંધ બેસે એવું હોય છે. તખ્લ્લુસ અર્થસભર પણ હોય તો મક્તાના શેરોમાં ખૂબીપૂર્વક એનો ઉપયોગ કરી શકાય.

જેમકે, બરકત વીરાણીનું તખલ્લુસ 'બેફ઼ામ' એમની ગઝલોમાં સાર્થક રીતે પ્રયોજાયેલું જોવા મળે છે.

કેટલીક ગઝલોમાં અંતિમ શેર સિવાયના શેરોમાં પણ કવિનું તખલ્લુસ જોવા મળે છે. મીર તકી મીરની એક ગઝલના પ્રથમ શેરમાં જ તખલ્લુસ જોવા મળે છે.

જો ઇસ શોર સે 'મીર' રોતા રહેગા તો હમસાયા કાહે કો સોતા રહેગા!

કવિ રમેશ પારેખે તખલ્લુસનો વિશિષ્ટ ઉપયોગ કર્યો છે.

'ર' નિરંતર 'મેશ' માં સબડે અને સૂર્ય પણ નીકળે તો કાળા નીકળે

શાયરો કેટલાક એવા છૂટા શેર રચી નાખે છે, જેને પૂરી ગઝલનું સ્વરૂપ આપી શકાતું નથી. આવા શેરોને 'ફ઼ર્દ' અથવા છૂટા શેરો સ્વરૂપે રજૂ કરવામાં આવે છે.

મોટા ભાગે જરૂરી સંખ્યામાં કાફ઼િયા ન મળે ત્યારે અથવા આખી ગઝલમાં એકાદ શેર જ સારો લખાયો હોય ત્યારે વિવેકયુક્ત શાયર નબળા શેરોને રદ કરી માત્ર એક છૂટો શેર 'ફ઼ર્દ' તરીકે પ્રગટ કરે છે.

આમ તો બે મિસરાનો બનેલો એક શેર એ જ ગઝલકારનું પટાંગણ છે. એણે જે કોઈ વાત કહેવી હોય તે એક જ શેરમાં સંપૂર્ણ થવી જોઈએ.

પરંતુ અપવાદરૂપે કોઈક વાર વિચાર દીર્ઘસૂત્રી હોય ત્યારે શેર બે ને બદલે ચાર, છ કે આઠ પંક્તિ સુધી લંબાવી શકે છે. જ્યારે એક વિચાર એકથી વધુ શેરમાં સળંગ ફ઼ેલાયેલો હોય,

એવા શેરોના સમૂહને કત્આ કહેવામાં આવે છે. કત્આ ગઝલથી અલગ પણ રજૂ કરી શકાય. કત્આની બીજી, ચોથી, છઠ્ઠી, આઠમી પંક્તિમાં રદીફ-કાફિયા જાળવવા અનિવાર્ય છે. ગુજરાતીમાં કત્આનું ચલણ ઓછું છે. ઉર્દૂમાંથી પણ કત્આની પરંપરા લુપ્ત થઈ રહી છે.

મુશાયરામાં ગઝલ રજૂ કરતાં પહેલાં કેટલીક વાર વાતાવરણ જમાવવા માટે શાયર બે શેરનું 'મુક્તક' રજૂ કરે છે. 'મુક્તક' સંસ્કૃત પરંપરાનો શબ્દ છે.

ચાર પંક્તિનું આ 'મુક્તક' કત્આના નિયમો જાળવતું હોવાથી એને 'કત્આ' કહીને રજૂ કરી શકાય.

ચાર પંક્તિના 'કત્આ'માં બીજી અને ચોથી પંક્તિમાં રદીફ-કાફિયા અનિવાર્ય ગણાય. પહેલી પંક્તિમાં પણ રદીફ-કાફિયા હોય તો શોભા વધે. 'કત્આ' ગઝલના છંદોમાં લખાય છે.

રુબાઈનો અર્થ છે ચાર પંક્તિની કવિતા. રુબાઈમાં પહેલી, બીજી અને ચોથી પંક્તિમાં રદીફ-કાફિયાની યોજના સાચવવામાં આવે છે. રુબાઈના છંદો ગઝલના છંદો કરતા જુદા છે. રુબાઈના છંદોમાં એક ગુરુ પછી ષટ્કલોનાં ત્રણ આવર્તનો હોય છે.

૨૦ કે ૨૧ માત્રાના છંદોના રુબાઈ લખી શકાય છે. રુબાઈના ૧૨-૧૨- છંદોનાં બે જૂથ પાડવામાં આવ્યાં છે. એક રુબાઈની ચાર પંક્તિ એક જૂથના કોઈ પણ ચાર અલગ અલગ છંદોમાં પણ લખી શકાય.

આમ, રુબાઈની ચાર પંક્તિઓ છંદની દૃષ્ટિએ અલગ અલગ હોઈ શકે, પણ એના વિશિષ્ટ બંધારણને કારણે લય અને તાલની દૃષ્ટિએ એકરૂપ લાગે છે.

ગઝલનો મૂળભૂત એકમ શેર છે. એક ગઝલ ત્રણ કે તેથી વધુ શેરોની બનેલી જોવા મળે છે. એક ગઝલના શેરો એક જ

સરીખા રદીફ, એક જ પ્રકારના કાફિયા અને એક જ છંદથી જોડાયેલા હોય છે.

એક શેરની બે પંક્તિઓને બે મિસરા કહે છે. ગઝલના પહેલા શેરને મત્લા કહે છે, જેના બંને મિસરામાં રદીફ-કાફિયાની યોજના જાળવવી પડે છે.

મત્લામાં સ્થાપિત કરેલ રદીફ-કાફિયાની યોજના ત્યાર બાદ આખી ગઝલમાં નિભાવવી પડે છે. મત્લા એકથી વધુ હોઈ શકે. મત્લા સિવાયના શેરોમાં પ્રથમ મિસરામાં રદીફ હોતા નથી.

બીજા મિસરામાં રદીફ-કાફિયાની યોજના જાળવવી પડે છે. દરેક શેરના અંતે કોઈ પરિવર્તન વગર અચૂક આવતાં શબ્દ કે શબ્દસમૂહને રદીફ કહે છે.

રદીફ ગમે તેટલો લાંબો કે ટૂંકો હોઈ શકે. ગઝલ રદીફ વિનાની પણ હોઈ શકે. રદીફ કરતાં આગળ આવતા પ્રાસના શબ્દને કાફિયા કહેવામાં આવે છે,

કાફિયા તરીકે વપરાતા શબ્દોમાં પાછળનો અમુક શબ્દાંશ એકસરખો હોય છે, જેને કાફિયાનો આધાર કહે છે.

આખી ગઝલમાં કાફિયાનો આધાર એકસરખો રહેવો જોઈએ. ગઝલના અંતિમ શેરમાં કેટલીક વાર શાયર પોતાનું તખલ્લુસ વણી લે છે. આ શેરને 'મક્તા'નો શેર કહે છે.

બાલાશંકર કંથારીયા (1858 – 1898) ગુજરાતી ગઝલના ઈતિહાસની વાત કરવી હોય તો 'બાલાશંકર 'થી જ શરૂઆત કરવી પડે.

ગુજરાતીની પહેલી યાદગાર ગઝલ એમની કલમે જ લખાયેલી છે. ગણ્યું જે પ્યારું પ્યારાએ, અતિ પ્યારું ગણી લેજે – એ પંક્તિ તો સમય સાથે કહેવત સમાન બની ગઈ છે.

અરબી અને ફારસીનો અભ્યાસ કરી ગઝલને ગુજરાતીમાં લાવવાનો યશ એમને જ છે. સવા સદી પહેલા લખાયેલી આ ગઝલ આજે પણ ફરી ફરી વાંચવાનુ મન થાય એ પોતે જ એક સિદ્ધિ છે.

ગુજારે જે શિરે તારે, જગતનો નાથ તે સહેજે.
ગણ્યું જે પ્યારું પ્યારાએ, અતિ પ્યારું ગણી લેજે!

(1874 – 1900)"કલાપી' ગુજરાતી ગઝલ ના તારા હતા . રાજવી કુળ, એમની સાથે સંકળાયેલી પ્રણયકથાઓ અને નાની વયે મૃત્યુ એ બધાએ એમને એક દંતકથા સમાન બનાવી દીધા છે.

જેમના જીવન પરથી ફીલ્મ બની હોય એવા એ એક જ ગુજરાતી કવિ છે. આપની યાદી વિશે કાંઈ લખવું જરૂરી નથી – આપણે બધા એને પાઠ્યપુસ્તકમાં ભણી જ ચૂક્યા છીએ.

જ્યાં જ્યાં નજર મ્હારી ઠરે યાદી ભરી ત્યાં આપની,
આંસુ મહીં એ આંખથી યાદી ઝરે છે આપની!

શયદાની (1892 -1962)

જનારી રાત્રિ જતાં કહેજે : સલૂણી એવી સવાર આવે;
કળી કળીમાં સુવાસ મહેકે, ફૂલો ફૂલોમાં બહાર આવે.

ગુજરાતી ગઝલને પોતીકુ રૂપ આપવાનુ શ્રેય શયદાને જાય છે. એમણે મુશાયરાની પરંપરાને જીવંત કરીને ગઝલને ગુજરાતમાં લોકપ્રિય બનાવી. ગઝલમાં ફારસી શબ્દોનો ઉપયોગ ઓછો થયો અને ખરેખર 'ગુજરાતી' ગઝલ લખાતી થઈ.

શયદાની ગઝલના વિષયો આજે પરંપરાગત લાગે પણ એમની શબ્દો પાસે ધાર્યું કામ લઈ શકવાની આવડત છાની રહી શકે એમ નથી. ગુજરાતી ગઝલના પિતામહ શયદાની આ ગઝલ એમના મિજાજ અને શૈલીની સારી ઓળખાણ

આપે છે
ગની દહીંવાલા
(1908 – 1987) દિવસો જુદાઈના જાય છે, એ જશે જરૂર મિલન સુધી:
મને હાથ ઝાલીને લઈ જશે, હવે શત્રુઓ જ સ્વજન સુધી.
ગની દહીંવાલાની આ ગઝલ કદાચ ગુજરાતી ગઝલની સૌથી પ્રસિદ્ધ ગઝલ છે. એમનું ભણતર નજીવું અને ધંધો દરજીનો. માત્ર હૈયાઉલકતના સહારે એમણે ગુજરાતી સાહિત્યની કેટલીક સર્વોત્તમ કૃતિઓનું સર્જન કર્યું.
શબ્દની આરપાર જીવ્યો છું,
હું બહુ ધારદાર જીવ્યો છું.
સામે પૂરે ધરાર જીવ્યો છું,
વિષ મહીં નિર્વિકાર જીવ્યો છું.
ખૂબ અંદર બહાર જીવ્યો છું,
ઘૂંટે ઘૂંટે ચિકાર જીવ્યો છું.
અમૃત ઘાયલ(૧૯૧૬ - ૨૦૦૨)
ઘાયલ એટલે ખુમારી. ઘાયલ એટલે વાવાઝોડું. ઘાયલ એટલે ધારદાર. ઘાયલની ગઝલમાંથી એકની પસંદગી કરવી બહુ અઘરી છે. આ ગઝલ એમના મિજાજનો બખૂબી પરિચય આપે છે.
રહેશે મને આ મારી મુસીબતની દશા યાદ,
બીજા તો બધા ઠીક છે, આવ્યો ન ખુદા યાદ.
પ્રેમાળ છે દિલ એવું કે આવે છે બધાં યાદ,
દુ:ખદર્દ છે એવાં કે તમે પણ ન રહ્યાં યાદ.
મરીઝ
(1917 – 1983)

મરીઝની ઓછામાં ઓછી પાંચ ગઝલો આ યાદીમાં લઈ શકાય એવી છે. મરીઝે પોતાના ‘ગળતા જામ’ જેવા જીવનને હંમેશા ગઝલથી છલકતું રાખ્યું.

ગઝલની ગુણવત્તામાં એમની સરખામણી હંમેશા ગાલિબ સાથે થાય છે. અને ગાલિબનો એમની રચનાઓ પર પ્રભાવ પણ દેખાઈ જ આવે છે.

જીવનના કડવા સત્યોને બે લીટીમાં બયાન કરી દેવાની એમને ઈશ્વરી દેન હતી. એમને ગુજરાતી ગઝલના શ્રેષ્ઠ ગઝલકાર કહેવામા કોઈ અતિશયોક્તિ નથી.

પરિચય છે મંદિરમાં દેવોને મારો, અને મસ્જિદોમાં ખુદા ઓળખે છે;

નથી મારું વ્યક્તિત્વ છાનું કોઇથી, તમારા પ્રતાપે બધા ઓળખે છે.

સુરાને ખબર છે, પિછાણે છે પ્યાલી, અરે ખુદ અતિથિ ઘટા ઓળખે છે;

ન કર ડોળ સાકી, અજાણ્યા થવાનો, મને તારું સૌ મયકદા ઓળખે છે.

શૂન્ય પાલનપુરી(૧૯૨૨ - ૧૯૮૭)

જીવનમાં એક એવી પણ દશા આવે છે જ્યારે માણસને કહેવાનું થાય કે, તમારા પ્રતાપે બધા ઓળખે છે. મંદિર-મસ્જીદ-સુરાલય-સાગર બધાની વારંવાર મુલાકાત લેવાની થાય છે.

કોઈ એને વ્યથાની દશા કહે પણ કવિ તો આ દશાને પણ પોતાની રીતે માણી રહ્યા છે. પોતાની જાતમાંથી બહાર નીકળીને જાતને જોવી,

અને એ પણ વ્યથાના સમયમાં, એ બહુ મોટી વાત છે. એ અહીં કવિએ અજબ ખુમારી સાથે કરી બતાવે છે – નથી માત્ર

છબછબિયાં કીધાં કિનારે !

તબીબોને તો એમના સૌથી પ્રખ્યાત શેરમાથી એક છે. છેલ્લા શેરમાં વ્યથાનો સામનો કરવાના ચાર હથિયાર (ધીરજ, વફા, દયા અને ક્ષમા)ની વાત એમણે બહુ સરસ રીતે કરી છે.

ખુશ્બૂમાં ખીલેલા ફૂલ હતાં ઊર્મિમાં ડૂબેલા જામ હતા,
શું આંસુનો ભૂતકાળ હતો – શું આંસુનાં પણ નામ હતાં.

સૈફ પાલનપુરી

(1923 – 1980)

સૈફુદ્દીન ગુલામ અલી ખારાવાલા એટલે કે ગઝલકાર ‘સૈફ’ પાલનપુરી. પોતાને ‘શયદાશિષ્ય’ તરીકે ઓળખાવવામાં ગૌરવ અનુભવતા સૈફ સાહેબનું ગુજરાતી ભાષાની મુશાયરાપ્રવૃત્તિના વિકાસમાં ખૂબ જ નોંધનીય યોગદાન રહ્યું છે.

અને એમની કોઈ યાદગાર ગઝલની પસંદગી વાત આવે એટલે ચડિયાતા શેરવાળી એમની આ ગઝલ ખૂબ જ લોકપ્રિય થયેલ છે.

ઓ હૃદય, તેં પણ ભલા! કેવો ફસાવ્યો છે મને?
જે નથી મારા બન્યાં, એનો બનાવ્યો છે મને!
સાથ આપો કે ના આપો એ ખુશી છે આપની,
આપનો ઉપકાર, મારગ તો બતાવ્યો છે મને.
સાવ સહેલું છે, તમે પણ એ રીતે ભૂલી શકો,
કે તમારા પ્રેમમાં મેં તો ભુલાવ્યો છે મને.

બરકત વીરાણી ‘બેફામ’

(1925 – 1994)

ચૌદ વર્ષની ઉંમરે પ્રથમ ગઝલ લખનાર બેફામસાહેબ ‘શયદા’સાહેબનાં જમાઈ હતા. એમની એક ગઝલને પસંદ કરવાનું અઘરું કામ છે,

એવી એવી સુંદર અને સ-રસ ગઝલોની એમણે ગુજરાતી સાહિત્યને ભેટ આપી છે. એમની મોટાભાગની ગઝલોનાં મક્તાનાં શેરમાં એમણે મોતને જ ઉજવ્યું છે.

આંસુને પી ગયો છું, મને ખ્યાલ પણ નથી,
એક રણ તરી ગયો છું, મને ખ્યાલ પણ નથી.
તમને ભૂલી જવાના પ્રયત્નોમાં આજકાલ,
તમને ભૂલી ગયો છું, મને ખ્યાલ પણ નથી.

હરીન્દ્ર દવે
(1930 – 1995)

1962માં લખાયેલી આ ગઝલનો "ગયો છું, મને ખ્યાલ પણ નથી" જેવો લાંબો રદીફ ગઝલનાં ભિન્ન ભિન્ન શેરનાં અલગ અલગ ભાવજગતને જબરદસ્ત રીતે જકડી રાખે છે.

ઉદાસી આ સૂરજની આંખે ચડી છે,
તમારા વિના સાંજ ડૂસકે ચડી છે.
મને ઉંબરે એકલો છોડી દઈને,
હવે ખુદ પ્રતીક્ષા ઝરૂખે ચડી છે.

ભગવતીકુમાર શર્મા (1934 -2018)

આખી ગઝલમાં કવિએ ઉદાસીને ઘૂંટી છે અથવા ઉદાસીને ઉજવી છે એમ પણ કહી શકાય. અહીં કવિ કશું જ મોઘમ નથી રાખતા. શરૂઆત જ ઉદાસી શબ્દથી કરે છે જે આખી ગઝલમાં આવનારી ઉદાસીનાં એંધાણ આપી દે છે.

નદીની રેતમાં રમતું નગર મળે ન મળે,
ફરી આ દૃશ્ય સ્મૃતિપટ ઉપર મળે ન મળે.
ભરી લો શ્વાસમાં એની સુગંધનો દરિયો,
પછી આ માટીની ભીની અસર મળે ન મળે.

આદિલ મન્સૂરી (૧૯૩૬ – ૨૦૦૮)

મૂળ નામ ફરીદ મહમ્મદ ગુલામનબી મન્સૂરી. પાસપોર્ટ વિના આદિલ મન્સૂરીના પિતા 1948માં અમદાવાદથી પાકિસ્તાન ગયા. આઠ વર્ષે અમદાવાદ પરત આવ્યા ત્યારે ખબર પડી કે ભારતીય નાગરિકત્વ ગુમાવી બેઠા છે. વીસ વર્ષ સુધી કોર્ટમાં નાગરિકત્વ પરત મેળવવા માટે કેસ ચાલ્યો.

ખબર પડી કે હવે સરકાર પકડીને સામા કિનારે મૂકી આવશે જ્યાં પાકિસ્તાન સરકાર પાસપોર્ટ સમય પર રિન્યુ ન કર્યો હોવાના ગુનાસર ધરપકડ કરશે. આ સંજોગોમાં લખાઈ આ ગઝલ.

કોઈ એક ગઝલના કારણે કોઈ કવિને એમના દેશનું ગુમાઈ ગયેલું નાગરિકત્વ પરત મળ્યું હોય એવી ઘટના તો કદાચ વિશ્વભરના સાહિત્યજગતમાં નહીં બની હોય. વતન છૂટી જવાની વેદનાના વલોપાતભર્યા આંસુઓ થી લખાઈ છે અને એટલે જ આ ગઝલ આદિલસાહેબની સર્વશ્રેષ્ઠ ગઝલ છે.

ગયાં વર્ષો હવે આવ્યાં – અને આઘાત ચાલે છે,
સવારે કોણ જાણે કેમ એવી વાત ચાલે છે.
ઘણી વેળા મને થઇ જાય કે મારા ઉપર પડશે,
અચાનક આંખમાં ઊગીને કેવી રાત ચાલે છે !

મનહર મોદી

(1937 –-2003)

ગુજરાતી ગઝલ ‘ગુજરાતી’ બની એ પછી લાંબો સમય નકરી પરંપરાની ગઝલ બની રહી. પરંપરાની ગુજરાતી ગઝલને નવો વળાંક આપવામાં જે થોડા નામોનું નોંધનીય યોગદાન છે એમાં મનહર મોદીનું નામ ભૂલી ન શકાય.પરંપરાની ગઝલો અને પછીથી આધુનિક ગઝલ અને છે...ક એબ્સર્ડ ગઝલો સુધી એમણે નોંધપાત્ર પદાર્પણ કર્યું.

પર્વતને નામે પથ્થર દરિયાને નામે પાણી,
'ઈર્શાદ' આપણે તો ઈશ્વરને નામે વાણી.
આંસુ ઉપર આ કોના નખની થઈ નિશાની ?
ઈચ્છાને હાથ-પગ છે એ વાત આજે જાણી.
ચિનુ મોદી 'ઈર્શાદ' (1939-2017)

ચિનુ મોદીની યાદગાર ગઝલ વિશે વિચારવાનું થાય તો ક્ષણાર્ધનાય વિલંબ વિના આ ગઝલ માનસપટ પર ઉભરી આવે. ખુદ ચિનુ મોદી 'પ્રતિનિધિ ગુજરાતી ગઝલો'ના સંપાદનમાં આ તસ્બી ગઝલનું ચયન કરે છે.

હાથ સૂમસામ બની મેજ પર પડેલા છે,
અસંખ્ય ઝાંઝવાને સ્પર્શવાથી મેલા છે.
અડે અડે ત્યાં ઉઝરડા પડે છે સપનાંને,
હાથને ટેરવાં સાથે જ નખ મળેલા છે.
આંગળી નામની પાંચે છિનાળ પુત્રીએ,
સળંગ હાથને બેઆબરૂ કરેલા છે.
રમેશ પારેખ(1940-2006)

આ ગઝલમાં હાથના રૂપકનો ઉપયોગ કરીને જે રીતે માનવ સ્વભાવની બારીકીઓનું ચિત્રણ કરે છે એ ગઝલને અનેક સ્તરે જુદા જુદા અર્થઆયામો પ્રદાન કરે છે.

ગઝલોમાં આ ગઝલ એક સિમાચિહ્ન છે.

હજો હાથ કરતાલ ને ચિત્ત ચાનક;
તળેટી સમીપે હજો ક્યાંક થાનક.
લઈ નાંવ થારો સમયરો હળાહળ,
ધર્યો હોઠ ત્યાં તો અમીયેલ પાનક.
રાજેન્દ્ર શુક્લ (૧૯૪૨)

આધુનિક ગઝલની કરોડરજ્જુને સ્થિરતા બક્ષનાર શિલ્પીઓના નામ લેવા હોય ત્યારે બાપુનું નામ મોખરે

સ્વયંભૂ જ આવી જાય. કવિના પોતાના શબ્દોના આધારે ૧૯૭૮માં લખાયેલી આ ગઝલના સાત શેર

ક્ષણોને તોડવા બેસું તો વરસોનાં વરસ લાગે,
બુકાની છોડવા બેસું તો વરસોનાં વરસ લાગે.
કહો તો આ બધાં પ્રતિબિંબ હું હમણાં જ ભૂંસી દઉં,
અરીસો ફોડવા બેસું તો વરસોનાં વરસ લાગે.

મનોજ ખંડેરિયા (૧૯૪૩ – ૨૦૦૩)

મનોજ ખંડેરિયાની શ્રેષ્ઠ ગઝલ શોધવી હોય તો નિમિષમાત્રમાં આ ગઝલ દોડતી આવે.

માણસ ઉર્ફે રેતી, ઉર્ફે દરિયો, ઉર્ફે ડૂબી જવાની ઘટના ઉર્ફે,
ઘટના એટલે લોહી, એટલે વહેવું એટલે ખૂટી જવાની ઘટના ઉર્ફે...
ખુલ્લી બારી જેવી આંખો ને આંખોમાં દિવસો ઊગે ને આથમતા;
દિવસો મતલબ વેઢા, મતલબ પંખી, મતલબ ઊડી જવાની ઘટના ઉર્ફે

નયન દેસાઈ (૧૯૪૬)

નયન દેસાઈની આ સીમાચિહ્નરૂપ ગઝલના સાત શેર મનુષ્યજીવનનું સપ્તરંગી ધનમૂલક ઈન્દ્રધનુષ છે.

ટોળાંની શૂન્યતા છું જવા દો કશું નથી,
મારા જીવનનો મર્મ છું હું છું ને હું નથી.
હું તો નગરનો ઢોલ છું દાંડી પીટો મને,
ખાલીપણું બીજા તો કોઈ કામનું નથી.
શૂળી ઉપર જીવું છું ને લંબાતો હાથ છું,
મારામાં ને ઈશુમાં બીજું કૈં નવું નથી.

જવાહર બક્ષી (૧૯૪૭)

જવાહર બક્ષીએ જીવનના રંગને બહુ ઘૂટ્યા પછી ગઝલો લખી છે. સબળ વૈચારિક ભૂમિકા પર બંધાયેલી એમની ગઝલો એક તરફ એમના ઊંડા તત્વજ્ઞાનનો પરિચય આપે છે.

શબ્દને શોભે નહીં આ કાગઝી વસ્ત્રો સજનવા
આજથી પત્રોને બદલે લખજે નક્ષત્રો સજનવા
ખાલી હો તો પાછી તારી ઓઢણી લઈ લે સજનવા
ને હાથ સાથે હો તો કિંમત સો ગણી લઈ લે સજનવા
મુકુલ ચોક્સી (૧૯૫૯)

મુકુલભાઈનું નામ આવે એટલે 'સજનવા'ની વાત કરીએ તો એના દરેક મિસરામાં 'સજનવા' રદીફને લીધે આ મત્લા ગઝલ જેવી પણ લાગે છે,

કિનારાઓ અલગ રહીને ઝરણને જીવતું રાખે,
અલગતા આપણી એમ જ સ્મરણને જીવતું રાખે.
તળાવો મૃગજળોના જેમ રણને જીવતું રાખે,
બસ એમ જ સ્વપ્ન તારું એક જણને જીવતું રાખે.
રઈશ મનીઆર (૧૯૬૬)

રઈશભાઈ ની શ્રેષ્ઠ ગઝલો તબક્કાવાર 'આખું જીવન અમે ધીરે ધીરે લખ્યું', 'સ્પર્શી શકાય ફૂલને ઝાકળ થયા પછી' અને 'મને ભાવની હો તલાશ તો પછી ભવ્યતાનું હું શું કરું?' મરીઝ યાદ આવી જાય એવી સરળ બાનીમાં લખાયેલી આ ગઝલના બધા જ શેર ઉત્તમ છે.

અહીં આપણે હિન્દી અને ઉર્દુ ગઝલ ના માત્ર ઉદાહરણ જોઈએ તો આ બધી ગઝલ આજીવન સદાબહાર યાદગાર છે .મેં આ બધી માહિતી હિન્દી ઉર્દુ ગઝલ ની વેબ સાઈટ અને ગુગલ ની મદદ થી લીધી છે જેની નોંધ લેજો .

सुना है लोग उसे आँख भर के देखते हैं

अहमद फ़राज़
रंजिश ही सही दिल ही दुखाने के लिए आ
अहमद फ़राज़
अब के हम बिछड़े तो शायद कभी ख़्वाबों में मिलें
अहमद फ़राज़
दोनों जहान तेरी मोहब्बत में हार के
फ़ैज़ अहमद फ़ैज़
आह को चाहिए इक उम्र असर होते तक
मिर्ज़ा ग़ालिब
नया इक रिश्ता पैदा क्यूँ करें हम
जौन एलिया
दिल-ए-नादाँ तुझे हुआ क्या है
मिर्ज़ा ग़ालिब
ऐ मोहब्बत तेरे अंजाम पे रोना आया
शकील बदायूनी
हज़ारों ख़्वाहिशें ऐसी कि हर ख़्वाहिश पे दम निकले
मिर्ज़ा ग़ालिब
चुपके चुपके रात दिन आँसू बहाना याद है
हसरत मोहानी
वो जो हम में तुम में क़रार था तुम्हें याद हो कि न याद हो
मोमिन ख़ाँ मोमिन
कोई उम्मीद बर नहीं आती
मिर्ज़ा ग़ालिब
गुलों में रंग भरे बाद-ए-नौ-बहार चले
फ़ैज़ अहमद फ़ैज़
सितारों से आगे जहाँ और भी हैं
अल्लामा इक़बाल

आए कुछ अब्र कुछ शराब आए
फ़ैज़ अहमद फ़ैज़
ये न थी हमारी क़िस्मत कि विसाल-ए-यार होता
मिर्ज़ा ग़ालिब
कभी किसी को मुकम्मल जहाँ नहीं मिलता
निदा फ़ाज़ली
हर एक बात पे कहते हो तुम कि तू क्या है
मिर्ज़ा ग़ालिब
तेरे इश्क़ की इंतिहा चाहता हूँ
अल्लामा इक़बाल
कुछ तो हवा भी सर्द थी कुछ था तेरा ख़याल भी
परवीन शाकिर
यूँही बे-सबब न फिरा करो कोई शाम घर में रहा करो
बशीर बद्र
तुम्हारे ख़त में नया इक सलाम किस का था
दाग़ देहलवी
आहट सी कोई आए तो लगता है कि तुम हो
जाँ निसार अख़्तर
मेरे हम-नफ़स मेरे हम-नवा मुझे दोस्त बन के दग़ा न दे
शकील बदायूनी
कल चौदहवीं की रात थी शब भर रहा चर्चा तेरा
इब्न-ए-इंशा
दिल धड़कने का सबब याद आया
नासिर काज़मी
बात करनी मुझे मुश्किल कभी ऐसी तो न थी
बहादुर शाह ज़फ़र
दिल ही तो है न संग-ओ-ख़िश्त दर्द से भर न आए क्यूँ

मिर्ज़ा ग़ालिब

तंग आ चुके हैं कशमकश-ए-ज़िंदगी से हम

साहिर लुधियानवी

बाज़ीचा-ए-अतफ़ाल है दुनिया मिरे आगे

मिर्ज़ा ग़ालिब

मोहब्बत करने वाले कम न होंगे

हफ़ीज़ होशियारपुरी

पत्ता पत्ता बूटा बूटा हाल हमारा जाने है

मीर तक़ी मीर

मैं ख़याल हूँ किसी और का मुझे सोचता कोई और है

सलीम कौसर

कू-ब-कू फैल गई बात शनासाई की

परवीन शाकिर

लगता नहीं है दिल मिरा उजड़े दयार में

बहादुर शाह ज़फ़र

अशआ'र मिरे यूँ तो ज़माने के लिए हैं

जाँ निसार अख़्तर

सरकती जाए है रुख़ से नक़ाब आहिस्ता आहिस्ता

अमीर मीनाई

अब तो घबरा के ये कहते हैं कि मर जाएँगे

शेख़ इब्राहीम ज़ौक़

उल्टी हो गईं सब तदबीरें कुछ न दवा ने काम किया

मीर तक़ी मीर

असर उस को ज़रा नहीं होता

मोमिन ख़ाँ मोमिन

न किसी की आँख का नूर हूँ न किसी के दिल का क़रार हूँ

मुज़्तर ख़ैराबादी

जब से तूने मुझे दीवाना बना रक्खा है
हकीम नासिर
कभी ऐ हक़ीक़त-ए-मुंतज़र नज़र आ लिबास-ए-मजाज़ में
अल्लामा इक़बाल
वो तो ख़ुश-बू है हवाओं में बिखर जाएगा
परवीन शाकिर
दिल में इक लहर सी उठी है अभी
नासिर काज़मी
हस्ती अपनी हबाब की सी है
मीर तक़ी मीर
हंगामा है क्यूँ बरपा थोड़ी सी जो पी ली है
अकबर इलाहाबादी
तुम आए हो न शब-ए-इंतिज़ार गुज़री है
फ़ैज़ अहमद फ़ैज़
चलने का हौसला नहीं रुकना मुहाल कर दिया
परवीन शाकिर
गर्मी-ए-हसरत-ए-नाकाम से जल जाते हैं
क़तील शिफ़ाई
सीने में जलन आँखों में तूफ़ान सा क्यूँ है
शहरयार
आप की याद आती रही रात भर
मख़दूम मुहिउद्दीन
उज़्र आने में भी है और बुलाते भी नहीं
दाग़ देहलवी
बस-कि दुश्वार है हर काम का आसाँ होना
मिर्ज़ा ग़ालिब

'इंशा'-जी उठो अब कूच करो इस शहर में जी को लगाना क्या

इब्न-ए-इंशा

देख तो दलि कि जाँ से उठता है

मीर तकी़ मीर

शाम-ए-फ़रिाक़ अब न पूछ आई और आ के टल गई

फ़ैज़ अहमद फ़ैज़

अपनी धुन में रहता हूँ

नासरि काज़मी

रहए अब ऐसी जगह चल कर जहाँ कोई न हो

मर्ज़िा ग़ालबि

ज़-हाल-ए-मस्किीं मकुन तग़ाफ़ुल दुराय नैनाँ बनाए बतयाँ

अमीर ख़ुसरो

कौन आएगा यहाँ कोई न आया होगा

कैफ़ भोपाली

कब ठहरेगा दर्द ऐ दलि कब रात बसर होगी

फ़ैज़ अहमद फ़ैज़

मलि ही जाएगा कभी दलि को यक़ीं रहता है

अहमद मुश्ताक़

ग़म-ए-आशक़िी से कह दो रह-ए-आम तक न पहुँचे

शकील बदायूनी

सर में सौदा भी नहीं दलि में तमन्ना भी नहीं

फ़रिाक़ गोरखपुरी

ग़ज़ब कयिा तरि वअ'दे पे ए'तबिार कयिा

दाग़ देहलवी

ख़बर-ए-तहय्युर-ए-इश्क़ सुन न जुनूँ रहा न परी रही

सरिाज औरंगाबादी

ले चला जान मरिी रूठ के जाना तेरा

दाग़ देहलवी

आप जनि के क़रीब होते हैं

नूह नारवी

लाई हयात आए क़ज़ा ले चली चले

शेख़ इब्राहीम ज़ौक़

ऐ जज़्बा-ए-दलि गर मैं चाहूँ हर चीज़ मुक़ाबलि आ जाए

बहज़ाद लखनवी

जुस्तजू जसि की थी उस को तो न पाया हम ने

शहरयार

दीवारों से मलि कर रोना अच्छा लगता है

क़ैसर-उल जाफ़री

नगरी नगरी फरि मुसाफ़रि घर का रस्ता भूल गया

मीराजी

तरिे आने का धोका सा रहा है

नासरि काज़मी

सोज़-ए-ग़म दे के मुझे उस ने ये इरशाद कयिा

जोश मलीहाबादी

ये आरज़ू थी तुझे गुल के रू-ब-रू करते

हैदर अली आतशि

ढूँडोगे अगर मुल्कों मुल्कों मलिने के नहीं नायाब हैं हम

शाद अज़ीमाबादी

यारो मुझे मुआ'फ़ रखो मैं नशे में हूँ

मीर तक़ी मीर

दुनयिा के सतिम याद न अपनी ही वफ़ा याद

जगिर मुरादाबादी

अंगड़ाई भी वो लेने न पाए उठा के हाथ

नजि़ाम रामपुरी
गसेू-ए-ताबदार को और भी ताबदार कर
अल्लामा इक़बाल
हम ही मे ं थी न कोई बात याद न तमु को आ सके
हफ़ीज़ जालधंरी
कसिी और गम़ मे ं इतनी खल़शि-ए-नहिा ँ नही ं है
मसु्तफ़ा ज़ैदी
दरे लगी आन े मे ं तमु को शकु्र ह ै फरि भी आए तो
अदंलीब शादानी
रौशन जमाल-ए-यार स े ह ै अजं मुन तमाम
हसरत मोहानी
मरन े की दआुए ँ क्यू ँ मागँ ू ँ जीन े की तमन्ना कौन करे
मईुन अहसन जज़्बी
गो जऱा सी बात पर बरसो ं क े यारान े गए
ख़ातरि ग़ज़नवी
आखँो ं स े हया टपक े ह ै अदंाज़ तो दखेो
मोमनि ख़ा ँ मोमनि
य े क्या जगह ह ै दोस्तो य े कौन सा दयार है
शहरयार
हम है ं मता-ए-कचूा-ओ-बाजाऱ की तरह
मजरूह सलु्तानपरुी
रगं परैाहन का ख़शुब ू ज़लु्फ़ लहरान े का नाम
फ़ैज़ अहमद फ़ैज़
ह ै जसु्तज ू क ि ख़बू स े ह ै ख़बू-तर कहाँ
अल्ताफ़ हसुनै हाली
जब स े करी़ब हो क े चल े जि़दंगी स े हम

नदिा फ़ाज़ली

दामन में आँसुओं का ज़ख़ीरा न कर अभी

साक़ी फ़ारुक़ी

कब मेरा नशेमन अहल-ए-चमन गुलशन में गवारा करते हैं

क़मर जलालवी

हम को जुनूँ क्या सखिलाते हो हम थे परेशाँ तुम से ज़ियादा

मजरूह सुलतानपुरी

ख़याल-ओ-ख़्वाब हुई हैं मोहब्बतें कैसी

उबैदुल्लाह अलीम

वक़्त-ए-पीरी शबाब की बातें

शेख़ इब्राहीम ज़ौक़

जसि इश्क़ का तीर कारी लगे

वली मोहम्मद वली

જાણીતી ઉર્દુ ગઝલ

ख़ूब पर्दा है कि चलिमन से लगे बैठे हैं साफ़ छुपते भी नहीं सामने आते भी नहीं -दाग़ देहलवी

तू ख़ुदा है न मेरा इश्क़ फ़रिश्तों जैसा दोनों इंसाँ हैं तो क्यूँ इतने हजिाबों में मलिें - अहमद फ़राज़

लाए जो मस्त हैं तुर्बत पे गुलाबी आँखें

और अगर कुछ नहीं दो फूल तो धर जाएँगे

- शेख़ इब्राहीम ज़ौक़

सोचो तो बड़ी चीज़ है तहज़ीब बदन की

वर्ना ये फ़क़त आग बुझाने के लिए है

-जाँ निसार अख़्तर

आँखों में जो भर लोगे तो काँटों से चुभेंगे
ये ख़्वाब तो पलकों पे सजाने के लिए हैं
-जाँ नसिार अख़्तर

ऐ दलि की लगी चल यूँही सही चलता तो हूँ उनकी महफ़लि में
उस वक़्त मुझे चौंका देना जब रंग पे महफ़लि आ जाए
-बहज़ाद लखनवीz
उल्टी हो गईं सब तदबीरें कुछ न दवा ने काम कयिा
देखा इस बीमार-ए-दलि ने आख़रि काम तमाम कयिा
-मीर तक़ी मीर

देखते ही मुझे महफ़लि में ये इरशाद हुआ
कौन बैठा है उसे लोग उठाते भी नहीं
-दाग़ देहलवी
बेसाख़्ता नगिाहें जो आपस में मलि गईं
क्या मुँह पर उसने रख लिए आँखें चुरा के हाथ
-नज़िाम रामपुरी

शब बीती चाँद भी डूब चला जज़ीर पडी़ दरवाज़े में
क्यूँ देरे गए घर आए हो सजनी से करोगे बहाना क्या
-इब्न-ए-इंशा
अपनी आँखों के समुंदर में उतर जाने दे तेरा मुजरमि हूँ मुझे डूब के मर जाने दे -नजी़र बाक़री हर एक शब कोई पलकों को आ के सीता है वो मेरा कौन है पूछूँ तो बोलता भी नहीं -सदि्दीक़ मुजीबी

महुब्बत उन्हें अहले नजर कामलि समझते हैं
जो इस तूफ़ान की हर मौज़ को साहलि समझते हैं
- जगन्नाथ आज़ाद

वो मर्द नहीं जो डर जाये, माहौल के खूनी मंजर से
उस हाल में जीना लाजमि है, जसि हाल में जीना मुश्कलि हो
-अर्श मलसयिानी
काँप उठती हूँ मैं ये सोच के तन्हाई में
मरेे चेहरे पे तरिा नाम न पढ़ ले कोई
-परवीन शाकरि

कभी वो दनि थे क नीदं आँखों की सरहदों से परे परे थी
मगर मैं अब जब भी सोना चाहूँ तुम्हारी यादों के ख़्वाब लक्खिूँ
- नोशी गलिानी
ज़दिा जो बच गए हैं सहें नफ़रतों के दुख
अपना गला तो प्यार के खंज़र से कट गया
-फ़ज़ा इब्न-ए-फ़ैज़ी

अपने आँचल में छुपा कर मरिे आँसू ले जा
याद रखने को मुलाक़ात के जुगनू ले जा
-अजहर इनायती
अपनी मर्ज़ी से कहाँ अपने सफ़र के हम हैं
रुख़ हवाओं का जधिर का है उधर के हम हैं
-नदिा फ़ाज़ली

अपने घरों से दूर बनों में फरिते हुए आवारा लोगो
कभी कभी जब वक़्त मलिे तो अपने घर भी जाते रहना

- मुनीर नियाजी
आँखें जो उठाए तो मोहब्बत का गुमाँ हो नजरों को झुकाए तो शिकायत सी लगे है ~जाँ निसार अख़्तर वक़्त के बदलने से दिल कहाँ बदलते हैं आप से मोहब्बत थी आप से मोहब्बत है ~नाज़िम नक़वी
माना कि मोहब्बत का छुपाना है मोहब्बत
चुपके से किसी रोज़ जताने के लिए आ
~तालिब बागपती

आप पहलू में जो बैठें तो सँभल कर बैठें
दिल-ए-बेताब को आदत है मचल जाने की
~जलील मानिकपूरी
ऐ दोस्त हम ने तर्क-ए-मोहब्बत के बावजूद
महसूस की है तेरी ज़रूरत कभी कभी
~नासिर काज़मी

अज़ीज़ इतना ही रक्खो कि जी सँभल जाए
अब इस क़दर भी न चाहो कि दम निकल जाए
~उबैदुल्लाह अलीम
बेचैन इस क़दर था कि सोया न रात भर
पलकों से लिख रहा था तिरा नाम चाँद पर
~अज्ञात

अंजाम-ए-वफ़ा ये है जिस ने भी मोहब्बत की
मरने की दुआ माँगी जीने की सज़ा पाई
~नुशूर वाहिदी

अपने हमराह जो आते हो इधर से पहले
दश्त पडता है मियाँ इश्क़ में घर से पहले
~इब्न-ए-इंशा

और कुछ जख़्म मेरे दिल के हवाले मेरी जाँ
ये मोहब्बत है मोहब्बत में शिकायत कैसी
~अज़ीज़ नबील
कुछ कह रही हैं आप के सीने की धडक़नें मेरा नहीं तो दिल का कहा मान जाइए ~क़तील शिफ़ाई मोहब्बत में ज़रा सी बेवफ़ाई तो ज़रूरी है वही अच्छा भी लगता है जो वादे तोड़ देता है ~वसीम बरेलवी
कह दो इन हसरतों से कहीं और जा बसें
इतनी जगह कहाँ है दिल-ए-दाग़दार में
~बहादुर शाह ज़फ़र

छोड़ना है तो न इल्ज़ाम लगा कर छोड़ो
कहीं मिल जाओ तो फिर लुत्फ़-ए-मुलाक़ात रहे
~माधव राम जौहर
आई है कुछ न पूछ क़यामत कहाँ कहाँ
उफ़ ले गई है मुझको मोहब्बत कहाँ कहाँ
~फ़िराक़ गोरखपुरी

गुलाब जिस्म का यूँ ही नहीं खिला होगा
हवा ने पहले तुझे फिर मुझे छुआ होगा
~ शहरयार

गफ़्तगू अच्छी लगी जौक़-ए-नजर अच्छा लगा
मुद्दतों के बाद कोई हमसफ़र अच्छा लगा
~अहमद फ़राज़

इक लफ़्ज़-ए-मोहब्बत का अदना ये फ़साना है
समिटे तो दलि-ए-आशकि फैले तो जमाना है
~जगिर मुरादाबादी
कहने देती नहीं कुछ मुँह से मोहब्बत मेरी
लब पे रह जाती है आ आ के शकियत मेरी
~दाग़ देहलवी

भूले हैं रफ़्ता रफ़्ता उन्हें मुद्दतों में हम
कि़स्तों में खुद-कुशी का मजा़ हम से पूछिए
~ ख़ुमार बाराबंकवी

હિન્દી ફિલ્મો ની જાણીતી ગઝલ

दखिाई दएि यूं के बेखुद कयिा...हमें आपसे भी जुदा कर चले...
पछिली सदी के करीब चौथे दशक में हदिंी फलि्मों के लएि पहली गजल़ रकिॉर्ड हुई। फलि्म 'दुनयिा न माने'में शांता आप्टे ने पहली गज़ल़ गाई थीं। नरि्माता-नरि्देशक सोहराब मोदी की फलि्म 'मरि्जा गालबि' का फ़लि्म जगत में अहम स्थान है। इस फलि्म में गज़लों के बादशाह तलत महमूद और गायकिा सुरैया की गाईं गज़लें काफी़ पसंद की गईं।
कालातंर में शकील बदायूंनी, हसरत जयपुरी, मजरुह सुलुतानपुरी, साहरि लुधयिानवी, नक्श लायलपुरी, जावदे अख्तर, नदिा फाजली, गुलजार, गोपाल दास नीरज सहति अन्य शायरों-गीतकारों ने हदिंी फलि्म जगत को एक से एक बेहतरीन गज़लें

दी। गज़ल का पति मीर तकी मीर को माना जाता है। मीर की कुछ गज़लें हिंदी सनिमा में आज भी महक रही हैं।

1982 में प्रसारति 'बाजार' फलि्म की गजल़

'दखिाई दएि यूं के बेखुद कयिा
हमें आपसे भी जुदा कर चले'

ये गज़ल मीर की ही देन है। खय्याम के संगीत में लता मंगेशकर की कर्णप्रयि आवाज़ ने इसमें चार चांद लगाए तभी तो यह सर्वाधकि लोकप्रयि गज़लों में शुमार की जाती है।
मीर के साथ गा़लबि, मोमनि खान, फैज़ अहमद फैज, साहरि लुधयिानवी की गज़लों ने भी हिंदी फलि्मों में रूहानयित बखिेरी है।
इश्क़ कीजे फरि समझएि ज़िंदगी क्या चीज़ है...
1999 में रलिीज हुई फलि्म 'सरफ़रोश' की गजल़ ने फलि्म को दर्शकों के और नजदी़क कर दयिा था।
जाने माने शायर नदिा फा़जल़ी द्वारा लखिी इस गज़ल ने नायक आमरि खान और नायकिा सोनाली बेंद्रे के बीच प्रेम की अनुपम स्वीकृति को दुनयिा के सामने जा़हरि कयिा है।
गजल़ गायक जगजीत संहि की आवाज में मोहब्बत की यह नायाब मौसीकी़ सदैव गूंजते रहेगी।

'होश वालों को खबर क्या बेखुदी क्या चीज़ है
इश्क़ कीजे फरि समझएि ज़िंदगी क्या चीज़ है'
जि़ंदगी धूप तुम घना साया...

1982 में प्रसारति फ़िल्म 'साथ-साथ' में गीतकार और लेखक जावेद अख़्तर की गज़लें मन को अजीब सा सुकून दी थीं।

'तुमको देखा तो ये ख़्याल आया
जदिंगी धूप तुम घना साया'

'ये तेरा घर ये मेरा घर
ये घर बहुत हसीन है'

'तुमको देखा तो ये ख़्याल आया' पंक्ति को जब सबके अजीज जगजीत सहि अपनी सुरमयी आवाज में परोते हैं तो यह एक तरह से प्रेम की अंतमि सीमा की सुनहरी व्याख्या ही हो सकती है।
इसी फिल्म में ये तेरा घर, ये मेरा घर की पंक्तियों को सुरेश वाडेकर ने अपनी मोहनिी आवाज से सदैव के लिए सुपरहटि कर दयिा है।
यह गजल़ एक छोटे से घर में दो प्रेमियों को असीम उत्साह और आशा से भर देती है। इस गजल़ के बोल अभाव में भी ढेरे सारे भाव का बोध कराते हैं।
फरि छड़िी रात बात फूलों की...रात है या बारात फूलों की...
तलत अजीज की आवाज में 'बाजार' फिल्म की मखदमु मोहउिद्दीन द्वारा रचति गजल़

'फरि छड़िी रात बात फूलों की
रात है या बारात फूलों की'
एक तरह से समय के झीने पर्दे को तार-तार करते हुए आज भी

रोमांस का ताजा एहसास कराती है।
और मेरे एक खत में लिपटी रात पड़ी है...
1987 में प्रसारित फिल्म 'इजाजत' में गुलजार रचित गजल
'मेरा कुछ सामान तुम्हारे पास पड़ा है
ओ ओ ओ ! सावन के कुछ भीगे भीगे दिन रखे हैं
और मेरे एक खत में लिपटी रात पड़ी है
वो रात भुला दो, मेरा वो सामान लौटा दो
मेरा कुछ सामान तुम्हारे पास पड़ा है'
प्रेम और उसकी समर्पण अनुभूति को उच्चतम सीमा पर ले जाकर मन को एक गहरा ठहराव देती है।
लता मंगेशकर की आवाज ने इसे गीत और मनुहार का सबसे बेहतर संयोजन बना दिया है।
क्या ग़म है जिसको छुपा रहे हो...
1982 में प्रसारित फिल्म 'अर्थ' में प्रसिद्ध शायर कैफी आजमी द्वारा रचित गजल
'तुम इतना जो मुस्कुरा रहे हो
क्या ग़म है जिसको छुपा रहे हो
तुम इतना...
जगजीत सिंह की मधुर आवाज में प्रेम और उसके संपूर्ण भावों को काफी लंबा आयाम दे रही है। प्रेम में गम और दुख की बयार को इससे बेहतर कोई और गजल पेश नहीं कर सकती।
हिंदी फिल्मों में गजलों की बात करें और पाकीजा तथा उमराव जान की गजलों का जिक्र न हो यह संभव ही नहीं, इन फिल्मों की गजलें सदैव जबां रहकर मन को महकाती रहेंगी।
.......कहिए तो आसमां को जमीन पर उतार लाएं

1981 में प्रसारति फलि्म 'उमराव जान' में प्रसदि्ध शायर शहरयार की गज़ल

'दलि चीज है क्या आप मेरी जान लीजएि
बस एक बार मेरा कहा मान लीजएि
.......कहएि तो आसमां को जमीन पर उतार लाएं
मुश्कलि नहीं है कुछ भी अगर ठान लीजएि'

इस गजल ने मन को एक लंबी सरिहन से भर दयिा था। इसका अंतमि अंतरा मन को दुनयिा के संघर्षों से लड़ने की असीम शक्त‍ि देता है।
इसके अलावा 'उमराव जान' में ही इन आंखों की मस्ती के मस्ताने हजारों हैं....तथा जुस्तजू जसिकी थी उसको तो न पाया हमने...गजलों ने भी हदिंी फलि्मों में काफी लोकप्रयिता हासलि की है।
આમ ગઝલે ફરી એક વાર સાબિત કરી દીધું છે કે જો તમારામાં હિંમત હોય, ચમક હોય, દિલ જીતવાની ક્ષમતા હોય તો આધાર આપોઆપ તમારા સુધી પહોંચે છે.
ગઝલે તેની સેંકડો વર્ષની સફર વહેતી નદીની જેમ પોતાના બળ પર આવરી લીધી છે અને તે આવનારી પેઢીઓના હૃદયને ગલીપચી કરતી રહેશે અને તેને મુગ્ધ રાખશે તેની ખાતરી છે. હિન્દી ફિલ્મો અને ગઝલો એકબીજા ના પૂરક છે.
ફરીથી યાદ રાખજો, આ તો માત્ર ઈન્ટરનેટ દુનિયામાંથી સીધી લીધેલી માહિતી છે. જે સાચી કે ખોટી છે તેનું કોઈ પણ જાતનું સમર્થન આ પુસ્તક કે લેખક કરતા નથી જેની નોંધ લેજો

આ પુસ્તક માટે નીચે ના સંદર્ભ લીધા છે જેનો હું આભાર માનું છું .

સંદર્ભો :

1. "ગઝલ - Meaning in Gujarati to Gujarati Dictionary - GujaratiLexicon". મેળવેલ ૨૮ ડિસેમ્બર ૨૦૧૬.
2. શકીલ કાદરી (૧૯૯૪). "પ્રકરણ ૧". ગઝલનું પીંગળશાસ્ત્ર. વડોદરા.
3. રઈશ મનીઆર (૨૦૦૬). "પ્રકરણ 5:ગઝલ : બાહ્ય સ્વરૂપ : પરિભાષાની સમજ". ગઝલ : રૂપ અને રંગ. અમદાવાદ: અરૂણોદય પ્રકાશન. પૃષ્ઠ ૨૭-૪૧. ISBN 9789380468099.
4. https://layastaro.com/?p=1426 ,લયસ્તરો : ગુજરાતી કવિતા આસ્વાદ
5. વિકિપીડિયા
6. https://www.rekhta.org/shayari/100-famous-ghazals/?lang=hindi
7. https://www.amarujala.com/kavya/famous-love-shayari-by-famous-poets
8. https://www.amarujala.com/kavya/kavya-charcha/top-10-ghazal-scoped-by-hindi-film-present-by-kavya

9 798890 023773

Printed by Libri Plureos GmbH in Hamburg,
Germany